ACKNOWLEDGEMENTS

Thank you to my wonderful family, generous friends (both personal and online) and my loyal and steadfast students for indulging me my passions. And a special thank you to Robyn Baily for always being there, helping, encouraging and setting me straight ...

Thank you also to Libby Renny and her staff at Sally Milner for once again affording me this tremendous opportunity and providing me with their expertise, advice and ongoing support.

Requirements for 64-motif tapestry crochet rug sampler in photo:

Bendigo Woollen Mills Classic 8-ply yarn (100% pure wool)

❋ Main colour: 1600 g Colonial Magnolia

❋ Design colours: assortment of 8-ply yarns in colours indicated on charts

❋ Joining squares and all-round border: 200 g Carnival variegated

THE COMPLETED TAPESTRY CROCHET RUG

THE AIM OF THIS BOOK

My aim with this book is to introduce readers to yet another crochet technique and to encourage avid, experienced and beginner crocheters alike to try something new, expand their repertoire and enjoy themselves with some colourful, fun designs.

DEDICATION

To lovers of crochet wherever you may be—your ongoing enthusiasm, willingness to explore and re-invent this age-old craft will keep it fresh and interesting for generations to come.

CONTENTS

INTRODUCTION

I have always been a great advocate of the sampler rug. Aside from being an excellent teaching tool, the project itself becomes a practical goal-setter. Utilising all 64 patterns will result in a rug approximately 152 x 152 cm (60 x 60 inches) in size but there is no reason why you can't choose a selection of favourites (say 30 to 36 squares) for a smaller knee rug, or even put together just four squares to make the face of a cushion cover—whichever route you choose, you will gain confidence and achieve that wonderful feeling of satisfaction that comes with the accomplishment of a job well done, that is, a functional rug (afghan) to show off to one and all—a beautiful heirloom that can be proudly passed down the generations.

The layout can be adapted and varied as you please. You could work a number of colour variations of just a few designs, concentrate on toys or fruit, or alternate patterned squares with squares of plain colour.

I am often asked, 'What is the difference between intarsia, tapestry and jacquard crochet?' To my mind they are much the same, however, after a little research, I will share the slight differences I found for those of you who like more precise definitions. Intarsia (also known as Fair Isle) is a knitting term adopted into crochet and most commonly used in relation to Tunisian crochet when colour is brought in and dropped as required in a row but not worked over. Tapestry crochet is worked in the same way but only worked in dc (us sc)—colour is brought in and dropped as required in a row but not worked over. Intarsia and tapestry both produce clear, well defined designs. In jacquard the main colour is carried through secondary colours and floats that are picked up and dropped as required. On average, jacquard uses more yarn and produces a durable, thick fabric, but the designs, which are traditionally geometric, are less clearly defined.

Having that said, all three techniques are worked from a chart, graph or grid instead of written instructions and produce wonderfully bright, colourful designs. Whether you choose to drop/pick up/work over your colours is often a personal choice.

In this particular project I chose to drop and pick up each colour as required. I wanted clear, crisp designs, be as economical as possible with the yarn and I didn't want the finished rug (afghan) to be so weighty that it would require a crane to lift it.

I'm so pleased to be able to bring you this collection of tapestry designs and I hope it gives you hours of creative enjoyment.

Renate

CROCHET FUNDAMENTALS

I've included the following crochet fundamentals to refresh the memory and help you on your way to bringing colour into your work.

Bits and pieces you'll need

- Steel ruler
- Blunt darning needle for sewing in tail-ends
- Scissors
- Rustproof pins
- Safety pins, markers, short lengths of yarn (for markers)
- Tape measure
- Pencil and eraser

Yarn

As I've said many times before, I'm not a purist and never shy away from using economy yarns if colours and/ or textures are right for a particular project. I believe that as you gain experience and grown in confidence you will automatically decide to spend a little more on your yarn.

My advice is to use yarn you like working with (but preferably the same ply as the pattern recommends) however, for this project, it's important to keep design colour yarns the same ply as the main colour. It wouldn't look or feel right mixing 12-ply or 5-ply in among the 8-ply.

And remember to purchase enough of the dye lot to complete your project. It's always better to have a little too much than running out with two squares to go. It's also a good idea to keep yarn labels as reference so that if a dye lot has run out where you purchased it, you can, if need be, contact the manufacturer.

A helpful tip for keeping yarn flowing freely is taking it from the centre of the ball. This way the yarn comes to you and not the other way round.

Working with the colour grid

In tapestry crochet (as in intarsia/ jacquard) a chart, graph or grid is used instead of written instructions for coloured patterns. Each square equals a stitch, each line equals a row and each blank square equals the main colour. Follow grids from the bottom and read right-side rows from right to left and wrong-side rows from left to right. For reader convenience I have written the required number of stitches for each colour, with arrowheads indicating row direction. A steel ruler is helpful to lay on the pattern and highlight the working row, and I also like to mark each row as I finish it; that way I'm able to put the work down anytime and know where I'm up to when picking up again.

Markers

In the past I considered markers a needless interruption to the job at hand and rarely used them. Over the years, however, I've come to realise how helpful they really are and the small amount of time it takes to place them saves hours in the long run. I use them all the time now—to indicate the right side or the top or bottom of the work, the first stitch of a round, centre stitches in corners—and my crocheting life has never been easier. Commercial markers can be purchased from any craft supplier but safety pins or short yarn off-cuts (which is what I use) do the job just as well.

Tension

The dimensions given earlier for this rug, approximately 152 cm (60 inches) square, are only a guide. How loosely or tightly you crochet and the size hook you use will all influence the dimensions of your rug, but the few centimetres

difference that may result overall aren't vital for this project. The hook size and yarns given are recommendations only and by no means have to be complied with. It's far more important that your work is consistent, something that is much easier to achieve if you're working within your own comfort zone. This is your project; work in the hook size, colours and yarns you prefer. Enjoyment, knowledge and confidence are the aim—not trying to reproduce the exact same rug, either in size or colour, as mine.

Hook from front

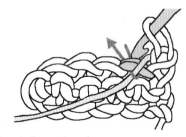

Hook from back

More advanced crochet enthusiasts might like to try working the stitches so they always sit on the front. This is done on alternate rows (or coming-back rows) and following the chart as usual.

Work 1 ch, turn your work, then insert your hook from the back to front and complete the stitch as usual. I didn't use this technique for this particular project as I wanted to keep it simple. However, those who wish to try it will find that although it's a bit slower to work and takes a little more practice to perfect, it will give your design more definition.

A FEW TIPS AND TRICKS

* Switching between colours can cause your yarns to twist. I find it helps if you place your yarns either side of yourself and turn your work clockwise and anti-clock wise alternately to eliminate this source of aggravation.

* When only a small amount of colour change is needed in a design (an eye or a nose, for example), rather than working with a whole ball of yarn cut a short length of yarn (say 0.5–1 metre long), roll it into a ball and pin it to the back of work. This method is extremely helpful when working with multiple colours . . . there is a bit of yarn wastage but it saves on the frustration of dealing with large amounts of twisted yarn.

* Change colours while completing the last stitch of working colour by drawing up the new colour through the last 2 loops on your hook.

* Keep dropped yarn to back (wrong side).

* Always try to finish a row before putting your work down . . . should the phone ring, mark the spot on the graph you are working from with pencil and erase it later.

* Work in the same ply throughout the tapestry project. Working in different plies will make the work look untidy and the designs look wonky and weird. If you don't have that blue you want in the correct ply, it's worth buying some or asking one of your crafty friends if they have some to spare (if it's just a tiny amount you need).

* For those of you interested in creating your own designs, get yourself some graph paper and coloured pencils and have a go—it's a lot of fun and extremely satisfying to create a project from beginning to end.

Ensuring an attractive finish

It would be a real shame after spending many diligent hours completing your designs to have your project spoiled by an unsightly overall finish.

Due the nature of this project you will be changing colour often and thus producing lots of tail-ends. This brings us to another common problem—the false economy of leaving short tail-ends. Leave reasonable length tail-ends that can be easily and securely woven in later with a blunt darning needle—*on the wrong side, weave in all tail-ends into their own colour.* Nothing will spoil your work more than fluffy ends popping up all over the place. Better still, wherever possible crochet over the ends as you work (but do try to keep colour to colour)—this saves on that big job at the end. And also, when joining new yarn avoid using knots. They produce weak spots and have the annoying habit of moving to the front of your work. I hope the following techniques will help remedy this problem.

The following two methods are the standard recommendations as the neatest ways of bringing in new yarn, and apply whether changing colour or just bringing in new yarn as the current ball runs out.

Changing colour and joining yarn with floats

- Lengths of yarn picked up and dropped mid-row to make pattern.
- When 2 loops of last colour remain on hook, drop old colour, pick up new colour and draw through 2 loops.
- Remember to leave long ends to weave in later.
- The more floats you use the more weaving in later.

Working over colours not in use

- Carry unused colour of previous row along as you work in new colour, picking up the stitch and unused yarn together.
- This method uses more yarn but gives you a reversible finish.

Changing colour

⟩⟩ When 2 loops of last colour remain on hook, drop old colour, pick up new colour and draw through 2 loops.

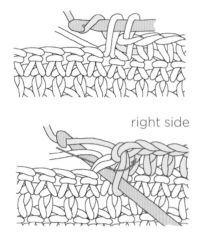

right side

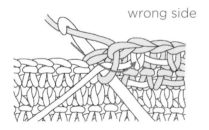

wrong side

Blocking

As a general rule, I do not block sampler squares or motifs unless I feel it's absolutely necessary. As your pile of squares begins to grow, you may become concerned by slight variations in size and feel the need to block them to size. Blocking is certainly one way of bringing them into line. However, if the correct numbers of stitches have been worked around the edges and you join the finished squares stitch for stitch, which will bring them together naturally, blocking becomes an unnecessary exercise. I advise draping the finished rug over the back of a lounge for a week or so and letting it drop into shape.

Methods for blocking

1. Place square on a terry towel over a flat surface and, using rustproof pins, secure each square to shape, lightly steam and allow to dry completely. Be aware that the heat and steam can weaken the body fibre of some yarns.

2. I prefer this second method for the least amount of interference to the yarn's body fibre—secure squares as above, then liberally apply spray starch and allow to dry completely.

HOW TO WORK THE SQUARES

All 64 squares are worked in the same way.

Foundation chain: 32 ch.

Row 1: using graph as guide, work dc (US sc) in colour indicated in 2nd ch from hook and in each ch across—31 dc (US sc).

Rows 2–31: using graph as guide, work dc (US sc) in colour indicated in each dc (US sc) across—31 dc (US sc); do not finish off.

Work the following 2 rounds of edging in main colour before finishing off.

Edging individual squares

When edging your squares it is imperative that you work the correct number of stitches, as stated in the pattern (3 stitches in the corners and a certain number of stitches between). The top and bottom edges are usually straightforward, utilising the first and last row stitches as required. It's the two side edges that sometimes pose a bit of a problem because there are no obvious stitches to work. Nevertheless, it's important that the same number of stitches is worked along these sides, even though you may feel that stitches are being squeezed in or too far apart. Just work as neatly and evenly as you can. The reason will become clear later, when you joining the 64 squares stitch for stitch.

Place a marker in each corner st for easy identification.

Round 1: (right side facing) 1 ch, 3 dc (US sc) in same st (first corner made), then work 29 dc (US sc) evenly across each of the 4 sides with 3 dc (US sc) in each corner st around, join with ss to first dc (US sc), do not finish off—128 dc (US sc).

Round 2: ch 1, dc (US sc) in same st, work dc (US sc) in each dc (US sc) to next corner st, 3 dc (US sc) in each corner st around, join with ss in first dc (US sc), finish off—136 dc (US sc).

Umbrella 45	Hen 60	Teapot 36	House 37	Hot-air balloon 48	Boy 15	Dog 62	Lion 57
Pig 61	Figure 1 1	Pineapple 35	Tortoise 55	Stop sign 7	Ambulance 27	Letter A 4	Pram 41
Bike 22	Lightning 47	Fish 51	Horse & rider 64	Ice-cream sundae 39	Apple tree 43	Girl 14	Sheep 58
Flower 44	Figure 2 2	Toadstools 34	Frog 63	Get ready 8	Boot 42	Letter B 5	Place setting 38
Watermelon & grapes 32	Aeroplane 25	Birthday cake 17	Birdhouse 46	Boat 24	Penguin 53	Petrol pump 26	Elephant 50
Cherries 33	Figure 3 3	Goat 56	Clown 18	Go 9	Sneaker 21	Letter C 6	Kite 20
Teddy bear 16	Helicopter 28	Apple 29	Spade 13	Whale 54	Butterfly 49	Ladybird 52	Club 12
Drum 19	Heart 10	Pear 30	Dromedary 59	Carrot 31	Diamond 11	Car 23	Artist's palette 40

Joining the squares

The placement chart is a guide only. Where different colours have been used you may have to move the squares around to achieve the most pleasing arrangement.

Lay out squares according to placement chart or as desired, and pin them together. For easier handling, work with just two rows at a time. Take care to always join the rows from the same end.

Working from right to left, with right sides of two squares facing up, work back loop (centre loops) of both squares, join in first sts using one of the following joining techniques:

- **Invisible join:** using darning needle, sew each corresponding st together to end.
- **Slip stitch join:** join with ss in first st and ss each corresponding st together to end.
- **Double crochet (US single crochet) join:** join with dc (US sc) in first st, dc (US sc) each corresponding st together to end. Weave in ends.
- **Joining with dc** (US sc): start with slip knot on hook, insert hook into st or sp indicated and draw up a loop, YO and draw through both loops on hook—counts as first dc (US sc).

hook), YO and draw yarn through both loops—dc (US sc) made.

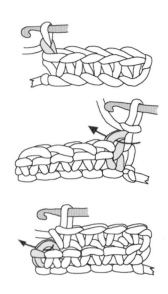

Double crochet/dc (US single crochet/sc)

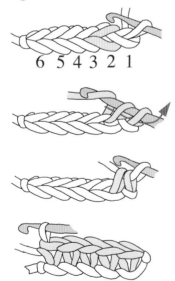

6 5 4 3 2 1

Row 1: working along foundation ch, insert hook into 2nd ch from hook, YO and draw loop through st (2 loops on

Row 2 and subsequent rows: 1 ch, turn, insert hook into first st (under both loops of st), YO and draw loop through st (2 loops on hook), YO and draw yarn through **both** loops, *insert hook into next st, YO and draw loop through st (2 loops on hook), YO and draw yarn through both loops, repeat from * across to end.

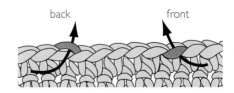

back   front

⊥ Working in front or back loop only—work only in loop indicated by arrow.

ABBREVIATIONS

○ = chain (ch)

● = slip stitch (ss, sl st)

┼ = double crochet (dc); US single crochet (sc)

┴ = double crochet (dc) worked in back loop; US single crochet (sc) worked in back loop

⋈ = crab stitch or reverse double crochet (dc); US reverse single crochet (sc)

◀ = fasten off, finish off

◁ = bring in new yarn or colour

⟨ ⟩ = row direction

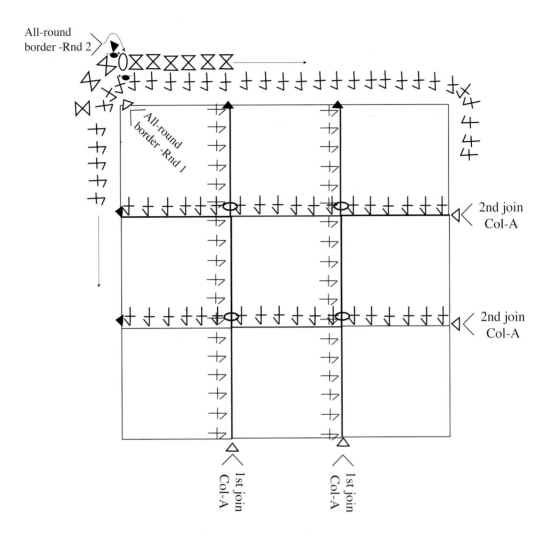

All-round border -Rnd 2

All-round border -Rnd 1

2nd join Col-A

2nd join Col-A

1st join Col-A

1st join Col-A

All-round edging (when all squares are joined)

Round 1: when all squares are joined, join with dc (US sc) in back loop of any corner st, 2 dc (US sc) in same st, *dc (US sc) in each st across to next corner st, 3 dc (US sc) in corner st, repeat from * around, ending with ss in first dc (US sc)—do not finish off.

Subsequent rounds: (optional) work in both loops, 1 ch, dc (US sc) in same st, *dc (US sc) in each st to corner st, 3 dc (US sc) in corner st, repeat from * around, ending with ss in first st, repeat this row as many times as desired.

Last round: work crab st around.

Crab stitch (reverse dc [US sc])

Always worked on right side and in the opposite direction to the usual—join as required, 1 ch, *insert hook into the next st on right, YO and draw up a loop, YO and draw through both loops on hook, repeat from * across—crab st made.

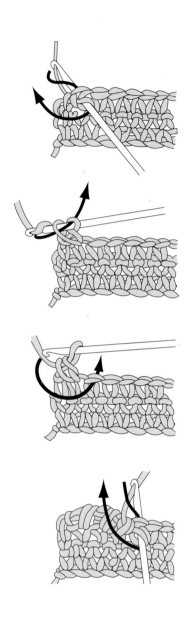

FIGURES & LETTERS

Square 1

Figure 1

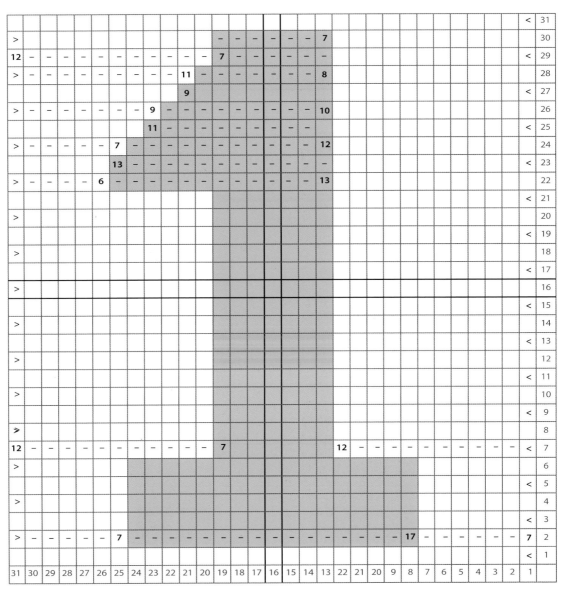

Square 2

Figure 2

Chart (read each row in the direction of the arrow; numbers indicate stitch counts):

Left	Interior counts	Right	Row
		<	31
>	10 ... 12	9	30
8	16 ... 7	<	29
>	7 ... 18	6	28
6	20 ... 5	<	27
>	5 ... 22	4	26
4	23 ... 4	<	25
>			24
		<	23
>			22
4	6 ... 12 ... 5 ... 4	<	21
>			20
	5 ... 4	<	19
>	14 ... 12		18
13	13 ... 5	<	17
>	12 ... 13		16
11	12 ... 8	<	15
>	10 ... 8		14
		<	13
>			12
	9 ... 16	<	11
>	5 ... 9		10
		<	9
>			8
5	8 ... 9 ... 4 ... 4	<	7
>			6
		<	5
>			4
		<	3
>	5 ... 22	4	2
		<	1

Column numbers (bottom): 31 30 29 28 27 26 25 24 23 22 21 20 19 18 17 16 15 14 13 22 21 20 9 8 7 6 5 4 3 2 1

Figure 3

FIGURES & LETTERS | 25

Square 4

Letter A

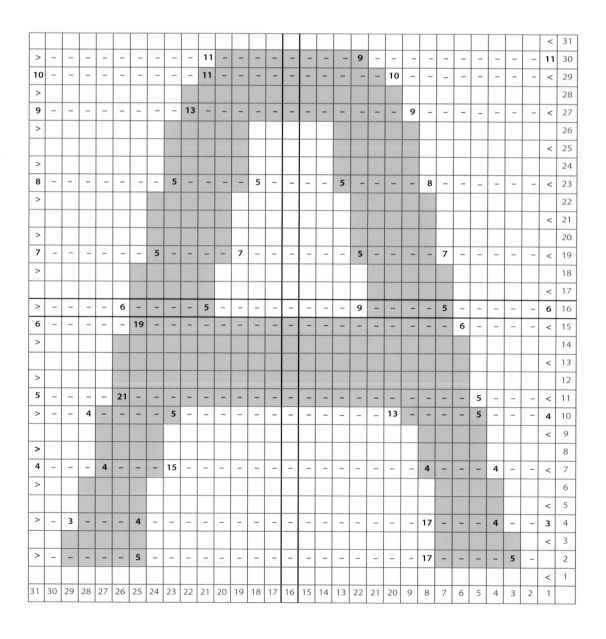

Square 5

Letter B

The chart below shows a 31 × 31 grid. Row numbers 1–31 run up the right-hand side; column numbers run 31 down to 1 along the bottom. Rows are worked alternately in the directions indicated by `>` (right) and `<` (left).

	col 31–1	row
	`<`	31
`>`	– – – – – – – – – – – – – – **16** – – – – – – – – – **10**	30
	17 ... **9** `<`	29
`>`	– – – – – – – – – – – – – – – – **18** – – – – – – – –	28
	19 ... – – – **7** – – – –	27
`>`	– – – **5** – – – – – – – – – – – – – **20** – – – – `<`	26
	9 – – – – – – – – **6** – – – – – **6** – – – –	25
`>`	`<`	24
		23
`>`	`<`	22
	10 ... **5** ... **6**	21
`>`	– – – **5** – – – – **5** – – – – – – – – **9** – – – – – **6** – – – – –	20
	20 – – – – – – – – – – – – – – – **6** – – – `<`	19
`>`	– – – – – – – – – – – – – – **19** – – – – –	18
	18 – – – – – – – – – – – – – **8** – – – – –	17
`>`	– – – – – – – – – – – – **19** – – – – –	16
	20 – – – – – – – – – – – – – **6** – – – `<`	15
`>`	– – – **5** – – – – **5** – – – – – – – **10** – – – – – **6** – – – **5**	14
	`<`	13
`>`		12
	`<`	11
`>`		10
	11 – – – – – – – – – – – **5** – – – – **5** – – – – `<`	9
`>`	– – – – **5** – – – – – – **10** – – – – **6** – – – – – **5**	8
	20 – – – – – – – – – – – – – **6** – – – – – `<`	7
`>`	– – – – – – – – – – – – – **19** – – – – – **7**	6
	18 – – – – – – – – – – – – – **8** – – – – – `<`	5
`>`	– – – – – – – – – – – **17** – – – – – – **9**	4
`>`/`5`	**5** – – – – **15** – – – – – – – – – – – **11** – – – – – `<`	3
`>`		2
	`<`	1

Bottom column numbers: 31 30 29 28 27 | 26 25 24 23 22 | 21 20 19 18 17 | 16 15 14 13 22 | 21 20 9 8 7 | 6 5 4 3 2 1

Square 6

Letter C

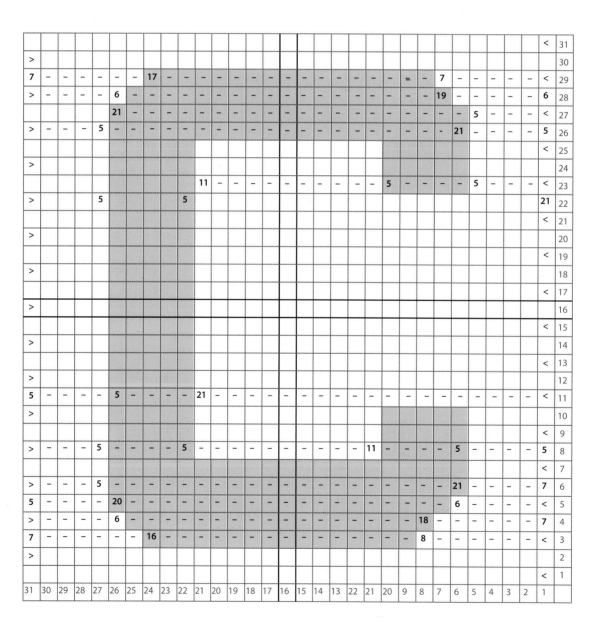

SIGNS & SYMBOLS

Square 7

Stop sign

Square 8

Get ready

Square 9

Go

	31	30	29	28	27	26	25	24	23	22	21	20	19	18	17	16	15	14	13	22	21	20	9	8	7	6	5	4	3	2	1		
																																<	31
>	–	–	–	–	–		–	–	10	–	–	–	–		–	–	–	–	11	–	–	–	–	–	–	–	–	–	–	–	10		30
8	–	–	–	–	–	–	–	15	–	–	–	–		–	–	–	–	–	–	–	8	–	–	–	–	–	–	<					29
>					7			–	–	–	–	–		–	–	–	–	–	13							7							28
6	–	–	–	–			15	–	–	–	–		–	–	–	–	–	–	–			6	–	–	–	–	<					27
>	–	–	–	5		–	–	–	–	–		–	–	–	–	–	–	17		–	–	–		5								26
4	–	–	–		19	–	–		–		–	–	–		–	–	–	–	–				4	–	–	<						25
>	–	3		–	–	–		–	–		–	–		–	–		–	21				–	–	3							24
2	–		23	–	–	–												–						<								23
>																															22
																														<	21
>		–	–	–	–	5		–	–	–	4		–	–	3		–	–	–	4		–	–	–	–	5						20
																														<	19
>																															18
																														<	17
>		–	–	–	–	5		–	–	–	4	–	–		8		–	–	–	4		–	–	–	–	5						16
											2	–																		<	15
>																															14
			5	–	–	–	–		4	–	–	–					4	–	–	–		5	–		–	–			<			13
>			–	–	–	4	–	–	–	–		6	–		3	–	–	–		–	–	–	–	4							12
3	–	–		21	–	–	–		–		–	–		–	–	–	–	–	–		–		3	–	<						11
>	–	–	4		–	–	–		–	–	–		–	–	–	–	–	–		19		–	–	–	4						10
5				17	–	–		–	–	–	–		–	–	–	–	–				5	–	–	–	<							9
>			6														15					6									8
7	–	–	–	–		–	2	–	13	–		–	–	–		–	2		7	–	–	–	–	<							7
>	–	–	–	–	–	8	–	–	–		–	–	–		–	–	15	–	–	–	–	–	–	8							6
10	–	–	–	–	–	–	–	11	–	–	–	–		–	–	–	10	–	–	–	–	–	–	<								5
>																															4
																														<	3
>	–	–	–	–	–	–	–	–	–	14	–	–	3	–	–	–	–	–	–	–	–	–	–	–	14						2
																														<	1

Square 10

Heart

Square 11

Diamond

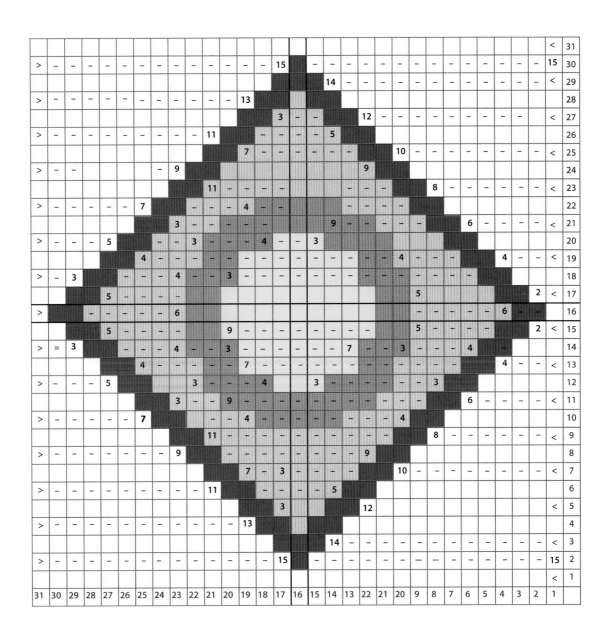

Square 12

Club

																														<	31
>																															30
													5	–	–	–	–	13	–	–	–	–	–	–	–	–	–	–	–	<	29
>	–	–	–	–	–	–	–	–	–	11	–	–	–	–	–	–	–	–	9												28
										11	–	–	–	–	–	–	–	–	–	–	10	–	–	–	–	–	–	–		<	27
>	–	–	–	–	–	–	–	–	10	–	–	–	4	–	–	3	–	–	–	4											26
									4	–	–	–	5	–	–	–	–	4	–	–	–	9	–	–	–	–	–	–	–	<	25
>	–	–	–	–	–	–	–	9	–	–	3	–	–	–	–	–	–	7	–	–	3										24
									3	–	–	7	–	–	–	–	–	–	3	–	–	9	–	–	–	–	–	–	–	<	23
>	–	–	–	–	–	–	–	9	–	–	–	4	–	–	–	–	5	–	–	–	4										22
										4	–	–	–	3	–	–	4	–	–	–	10	–	–	–	–	–	–	–	–	<	21
>	–	–	–	–	–	–	–	–	10																						20
11	–	–	–	–	–	–	–	–	–	–	9	–	–	–	–	–	–	–	–	11	–	–	–	–	–	–	–	–	–	<	19
>	–	–	4	–	–	–	–	5	–	–	3	–	–	–	–	–	–	7	–	–	3	–	–	–	–	5	–	–	–	4	18
3	–	–	7	–	–	–	–	–	–	3	–	–	5	–	–	–	–	3	–	–	7	–	–	–	–	–	–	3	–	<	17
>	2	–	–	–	–	–	–	–	–	–	10		2	–	–	3		2										10		2	16
	5	–	–	–	–	3	–	–	13	–	–	–	–	–	–	–	–	–	–	–	–	3	–	–	5	–	–	–	–	<	15
>	–	–	–	4	–	–	–	–	5	–	–	–	–	–	–	–	–	–	–	11	–	–	–	–	5	–	–	–	4		14
																														<	13
>																															12
	3	–	–	7	–	–	–	–	–	–	9	–	–	–	–	–	–	–	–	7	–	–	–	–	–	–	3	–	–	<	11
>	–	–	–	4	–	–	–	–	5	–	–	–	–	–	–	–	–	–	–	11	–	–	–	–	5	–	–	–	4		10
	5	–	–	–	–	3	–	–	4	–	–	–						4	–	–	–	3	–	–	5	–	–	–	–	<	9
>	2	–	–	–	–	–	–	–	–	–	10								–	–	–	–	–	–	–	–	–	10			8
3	–	–	8	–	–	–	–	–	–	–	3	–	–	3	–	–	3	–	–	8	–	–	–	–	–	–	–	3	–	<	7
>			4					5					5			3					5					5				4	6
																	14	–	–	–	–	–	–	–	–	–	–	–	–	<	5
>	–	–	–	–	–	–	–	–	–	–	–	–	14	–	–	3															4
													5	–	–	–	–	13	–	–	–	–	–	–	–	–	–	–	–	<	3
>	–	–	–	–	–	–	–	–	–	–	12	–	–	–		–	–	7	–	–	–	–	–	–	–	–	–	–	–	12	2
																														<	1
31	30	29	28	27	26	25	24	23	22	21	20	19	18	17	16	15	14	13	22	21	20	9	8	7	6	5	4	3	2	1	

Square 13

Spade

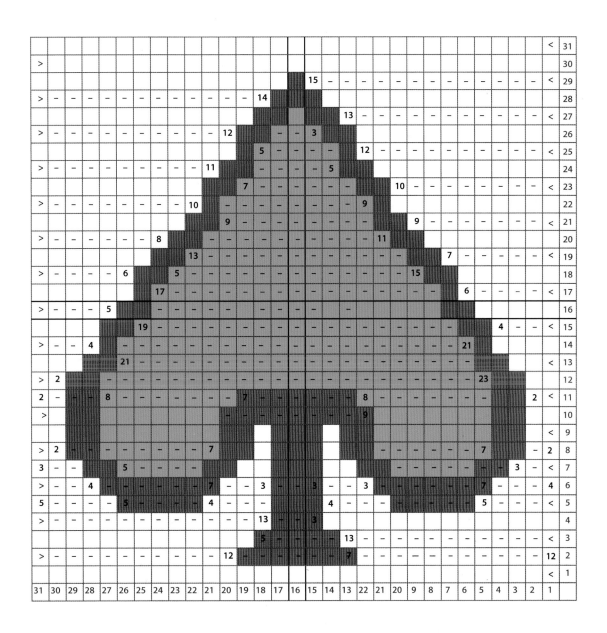

CHILDREN & TOYS

Square 14

Girl

Chart (rows 1–31 bottom-to-top; column numbers along the bottom):

Row	Pattern annotations (left → right)
31	<
30	> – – – – – – – – 13 – – – – 5 – – – – – – – – – – – – 13
29	– – – – – – – – – 7 – – – – – – 12 – – – – – – – – <
28	>
27	<
26	>
25	11 – – – – – – – – 2 – 5 – – – – 2 – 11 – – – – – – – <
24	> – – – – – – – – – 4 – – 3 – – – 4 – – – – – – – –
23	10 – – – – – – – 9 – – – – – – – 10 – – – – – – – <
22	> – – – – – – 10 – – – – – – – – 11 – – – – – 10
21	9 – – – – – – 13 – – – – – – – – 9 – – – – – <
20	> – – – – – 8 – – – – – – – – 15 – – – – – 8
19	3 – – – – 7 – – – – – – 3 – – <
18	> – – 2 – – – 4 – – – – – 4 – 2
17	7 – – – – 4 – – – 7 – – – 4 – – – – 7 – – – – <
16	> – – – 5 – 2 – – – 4 – – – – 9 – – – 4 – 2 – – – 5
15	10 – – – – – – 11 – – – – – – – – – <
14	>
13	9 – – – – – 13 – – – – – – – – 9 – – – – <
12	>
11	<
10	> – – – – – 8 – – – – – – – – – 15 – – – – – 8
9	<
8	>
7	<
6	> – – – – – 7 – – – – – – – – – – 17 – – – – – 7
5	<
4	> – – – – – – – 12 – 2 – – 3 – 2
3	<
2	> – – – – – – 10 – – – 4 – – 3 – – – 4 – – – – – 10
1	<

Column numbers (bottom): 31 30 29 28 27 26 25 24 23 22 21 20 19 18 17 16 15 14 13 22 21 20 9 8 7 6 5 4 3 2 1

Boy

Dir	Grid cells (col 31 → 1)	Count	Row
		<	31
>	2 – 2 – – – – – – 8 – – – 4 – – – – – – 8 – 2 – – – –	5	30
3	– – 2 – 6 – – – – 6 – – – – – 6 – – – – 2 – 6 – – – –	<	29
>	– 3 – 2 – – – – 6 – – – 4 – – – – – 6 – 2 – – – –	6	28
4	– – – 2 – 5 – – – 4 – – – 5 – – – 2 – 7 – – – –	<	27
>	– – 4 – – 3 – – – 5 – – 4 – – – 5 – – 3 – – – –		26
5	– – – 3 – – 4 – – – 4 – – – 4 – – – 3 – – 8 – – – –	<	25
>	– – – – 6 – – 3 – – – 4 – 4 – – – 4 – – 3 – – – –	9	24
7	– – – – – 14 – – – – – – – – – – – 10 – – – –	<	23
>	– – – – – 8 – – – – – – – – – – – 12 – – – – – –	10	22
		<	21
>		8	20
		<	19
>			18
		<	17
>			16
9	– – – – – – – 10 – – – – – – – 12 – – – – – – –	<	15
>	– – – – – – – 10 – – – – – – 8 – – – – – – –	13	14
		<	13
>			12
	13 – – – – –	<	11
>	– – – – – 6 [black] – – – 4	4	10
	4 – – – – [black checker] 3 –	<	9
>			8
		<	7
>	– – – 4 [black] –	2	6
	5 – – – – [black] 3 –	<	5
>	– – – – – – – 10 – – 3 – 2 – – 3 – – – – 6 [black] – – – 4	4	4
	– – – – – – 3 – – 4 – – – 3 – – – – – – – – – –	<	3
>	– – – – – 8 – – – 4 – – – 4 – – – – – – – – –	11	2
		<	1
	31 30 29 28 27 26 25 24 23 22 21 20 19 18 17 16 15 14 13 22 21 20 9 8 7 6 5 4 3 2 1		

Square 16

Teddy bear

Chart (row numbers shown at right, column numbers along the bottom; `>` and `<` indicate the starting/ending edge of each row):

Row	Stitch counts / markers (read left to right)
31	`<`
30	`>` … 4 – – – – – – – – – 15 – – – 4
29	5 – – – 13 – – – – – – – – – 5 – – – `<`
28	`>` – – 4 – – 4 – – – – – – – – 15 – – 4 – – – 4
27	2 – 17 – – – – – – – – – 2 – – – `<`
26	`>` – – – 5 – – – – – – – – – – 5
25	4 – – 2 – 7 – – – – – 2 – 4 – – – `<`
24	`>` – – – – 6 – – – – – – 9 – – – – – 6
23	3 – – 2 – – – 3 – – 3 – – 3 – – – – 2 – 3 – `<`
22	`>` – – – 4 – – – – – 5 – – – – – 4
21	5 – – – – 2 – `<`
20	`>` – – – – 5 – – – 5 – – 3 – – 3 – – 3 – – – – 5 – – – – 5
19	6 – – – 5 – – 7 – – 5 – – 6 – `<`
18	`>` 2 – – 4 – 2 – – – 6 – 3 – – – – 6 – 2 – – 4
17	2 – 2 – … 2 – 2 – `<`
16	`>`
15	4 – – 8 – – – – – 8 – – – – 4 – – – `<`
14	`>` – – – 5 – – 6 – 3 – – – – 6 – – – 5
13	8 – – – – 9 – – – – 8 – – – – – `<`
12	`>` – – 7 – – – 11 – – – – – 7
11	`<`
10	`>`
9	`<`
8	`>` – – – 6 – – – – – – – 13 – – – 6
7	3 – – 2 – 5 – 11 – – – – 5 – – 2 – 3 – `<`
6	`>` 2 – – 4 – 5 – – – 9 – – – 5 – – 4 – 2
5	6 – – – 5 – – 7 – – – 5 – – – 6 – – – `<`
4	`>` – – – 7 – – – 15 – – – – – 7
3	6 – 17 – – – – 6 – `<`
2	`>` – – 5 – – – 19 – – – – 5
1	`<`

Bottom column numbers: 31 30 29 28 27 26 25 24 23 22 21 20 19 18 17 16 15 14 13 22 21 20 9 8 7 6 5 4 3 2 1

Square 17

Birthday cake

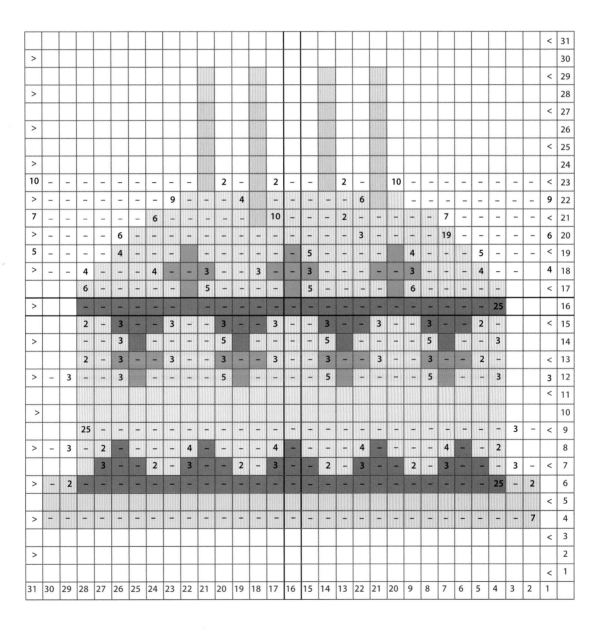

Square 18

Clown

	31	30	29	28	27	26	25	24	23	22	21	20	19	18	17	16	15	14	13	22	21	20	9	8	7	6	5	4	3	2	1		
																																<	31
>	–	–	–	–	–	–	–	–	–	11			–	–	–	–	3	–	–	–	4			–	–	–	–	–	–	–	7		30
6	–	–	–	–	–	19	–	–	–	–	–	–	–	–	–	–	–	–	–	–	–	–	6	–	–	–	–	<				29
>	–	–	4	–	–	–	–	–	–	–	–	–	–	–	–	–	–	–	–	–	–	–	–	–	24	–	–	3				28
	–	27	–	–	–	–	–	–	–	–	–	–	–	–	–	–	–	–	–	–	–	–	–	–	–	–		<				27
>																																	26
	–	25	–	–	–	–	–	–	–	–	–	–	–	–	–	–	–	–	–	–	–	–	–	–		<						25
>	–	–	–	–	–	–	–	–	9	–	–	3	–	–	3	–	–	–	4	–	–	–	–	–	–	8						24
	6	–	–	–	–	–	7	–	–	–	–	3	–	6	–	–	–	5	–	–	–	–	–	<								23
>	–	–	–	5	–	–	–	4	[■]	4	[■]	–	–	–	–	–	[■]	–	–	–	–											22
	3	–	–	2	–	7	–	–	–	–	2	–	4	–	–	–	5	–	–	–	–	<										21
>	–	–	–	–	–	6																											20
	5	–	–	–	6	–	–	–	–	–	3	–	–	6	–	–	–	–	5	–	–	–	<									19
>	–	–	–	–	–					–	–	3					–	–	3	–	–	–	–	6								18
	5	–	–	–	–	4	–	–	2	–							2	–	4	–	–	–		<								17
>																			–	–	–	–	6	–	–	–	–	5				16
	6	–	–	–	–	5	–	–	–	–								5	–	–	–	–	6	–	–	–	–	<				15
>	–	–	–	5	–	–	–	–	5	–	–	–	–	–	–	7	–	–	–	–	5	–	–	–	5							14
	4	–	–	–				4	–	–	–	3	–	–	4	–	–	–			4	–	–	–	<							13
>	–	–	–	5				–	–	–	–	–	–	–	–	9				–	–	–	–	5								12
	4	–	–	–	15	–	–	–	–	–	–	–	–	–	–	–			3	–		<										11
>	–	–	–	5				–	–	5	–	–	3	–	–	–	5			–	–	–	5									10
8	–	–	–	–	–	3	–	–	3	–	–	3	–	–	3	–	–	3	–	–	8	–	–	–	–	<						9
					5	–	–	4	–	–	–	–	–	7	–	–	4	–	–	5												8
>	7	–	–	13	–	–	–	–	–	–	–	3	–	7	–	–	–	–				<										7
	–	–	–	–	11	–	–	–	–	–	7	–	–	–	–	–	–	–	–	11											6
>																						<										5
	–	–	–	–	–	–	–	–	–	–	–	–	–	–	–	–	–	–	–	–	29										4
>	11	–	–	–	–	–	–	7	–	–	–	–	–	11	–	–	–	–	–	–	–	<										3
	2	–	–	–	–	7	–	–	–	–	–	–	–	–	–	13	–	–	–	–	7	–	2									2
>																						<										1

Square 19

Drum

Square 20

Kite

Square 21

Sneaker

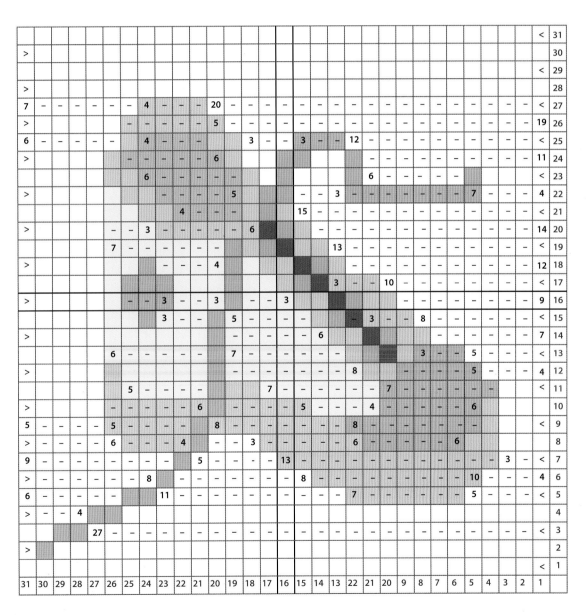

TRANSPORT

Bicycle

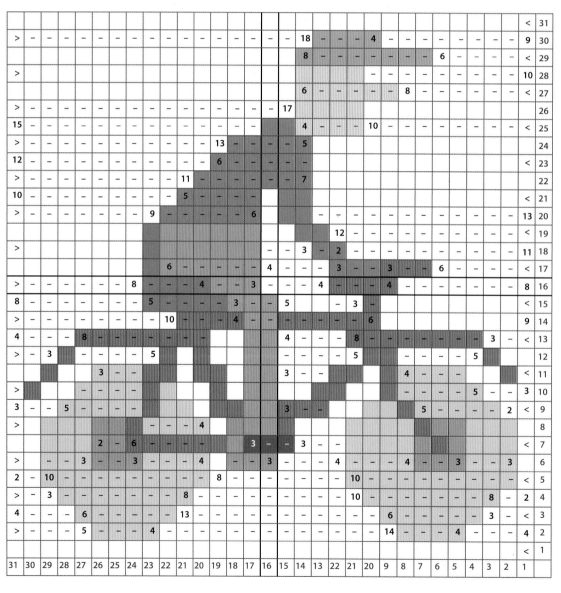

Car

	31	30	29	28	27	26	25	24	23	22	21	20	19	18	17	16	15	14	13	12	11	10	9	8	7	6	5	4	3	2	1		
																																<	31
>																																	30
																																<	29
>		–	–	–	–	–	–	–	–	–	–	–	–	–	–	16	–	–	–	–	–	–	–	–	–	10						5	28
15		–	–	–	–	–	–	–	–	–	–	–	–	–	–	12	–	–	–	–	–	–	–	–	–	–	–	4	–	–		<	27
>															–	–	–																26
14		–	–	–	–	–	–	–	–	–	–	–	–	–	–	14	–	–	–	–	–	–	–	–	–	–	–	–				<	25
>															–	–	3	–	–	–	4	–	–	–	–	5	–	2					24
															2	–	5	–	–	–	–											<	23
>		–	–	–	–	–	–	–	–	–	–	–	13												–	–	–	3					22
12		–	–	–	–	–	–	–	–	–	–				6	–	–	–	–	–	6	–	–	–	–	–	2	–	–		<	21
>		–	–	–	–	–	–	–	11		–	–	–	–	–	7	–	–	–	–	–												20
10		–	–	–	–	–	–	8		–	–	–	–	–	–	–	–	–	–	–												<	19
>		–	–	–	–	–	9		–	–	–	–	–	–	–	–	9	–	–	–	–	–											18
5		–	–	–	5	–	–	–	10	–	–	–	–	–	–	–	–	–	–	7	–	–	–	–	–	–						<	17
>																																	16
4		–	–	–	22	–	–	–	–	–	–	–	–	–	–	–	–	–	–	–	–	–	–	–	–	–	–	–	–		<	15
>																																	14
																											–	–	–		<	13
>				3	–	–	–	–	–	–	–	–	–	–	–												24	–					12
																																<	11
>			–	–	–	–	–	–	–	–	–	–	–	–	–	–	–	–	–	–	–	–	–	–	–	–	27						10
	–	8	–	–	–	–	–	–	5	–	–	–	–	6	–	–	–	–	5	–	–	–	–	3								<	9
>																																	8
2		–	7	–	–	–	–	–	3	–	–		4	–	–	–		3	–	–	–	–	2	-	2						<	7
>																					–	10											6
9		–	–	–	–	11	3	–	–	–	3	–	–	4	–	–	–	3	–	–	3	–	–	–4	–	–						<	5
>		–	–	–	–	–	–	10	–	–	–	–	5	–	–	–	6	–	–	–	5	–	–	–	5						5	4
																																<	3
>																																	2
																																<	1

Square 24

Boat

	31	30	29	28	27	26	25	24	23	22	21	20	19	18	17	16	15	14	13	12	11	10	9	8	7	6	5	4	3	2	1		
																																<	31
>	–	–	–	–	–	–	–	–	–	–	–	–	–	–	–	–	17	–	–	3	–	–	–	–	–	–	–	–	–	–	11		30
15	–	–	–	–	–	–	–	–	–	–	–	–	–	–	–	3	–	–	12	–	–	–	–	–	–	–	–	–	–		<	29
>																–	–	–	–	–	–	–	–	–	–	–	–	–	14		28
13	–	–	–	–	–	–	–	–	–				15	–	–	–	–	–	–	–	–	–	–	–	–	–		<	27
>										12																			26
11	–	–	–	–	–	–	–	–	3	–	–			13	–	–	–	–	–	–	–	–	–		<	25
>	–	–	–	–	–	–	10	–	–	–	4		–	–	3	–	–	–	–	–	–	–	11		24
9	–	–	–	–	–	–	5	–	–	–	–	4	–	–	–	10	–	–	–	–	–		<	23
>	–	–	–	–	8									–	–	–	–	–	9		22
7	–	–	–	–	3	–	–			3	–	–	8	–	–	–		<	21
>	–	–	–	6									–	–	–	–	7		20
5	–	–	3	–	–	4	–	–	–	3	–	–	3	–	–	6	–	–	–		<	19
>	–	–	4												–	–	–	5		18
3	–	–	3	–	–	6	–	–	–	–	5	–	–	–	–	3	–	–	4	–	–	<	17
>																				16
	3	–	–	8	–	–	–	–	–	–	7	–	–	–	3	–	–	–	<	15
>	–	–	–	–	–	–	–	–	13	–	–	–	–	–	–	–	–	13		14
																			<	13
>	2	–	–	–	–	–	–	–	–	–	–	–	–	–	–	–	–	–	–	–	27	–	2	12
3	–	–	25	–	–	–	–	–	–	–	–	–	–	–	–	–	–	–	3	–	<	11
>	–	–	4	–	–	4	–	–	–	–	–	–	–	–	–	4	–	–	–	4	10
5	–	–	–	3	–	–	3	–	–	3	–	–	3	–	–	3	–	–	3	–	5	–	<	9
>	–	–	–	6	–	–	–	–	–	–	–	–	–	–	19	–	–	–	6	8
7	–	–	–	–	17	–	–	–	–	–	–	–	–	7	–	–	–	–	<	7
>	–	3	–	–	3	–	3	–	–	3	–	3	–	–	3	–	3	6
	3	–	–	3	–	3	–	–	3	–	3	–	–	3	–	3	–	<	5
>																		4
2	–	27	–	–	–	–	–	–	–	–	–	–	–	–	–	2	<	3
>																	2
																	<	1

Square 26

Petrol pump

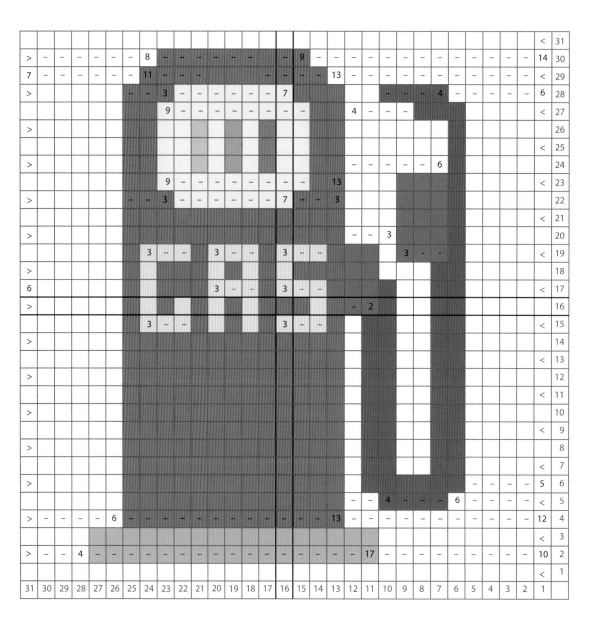

																															<	31
>	–	–	–	–	–	–	8		–	–	–	–	–	–			–	9									–	–	–	–	–	14	30
7	–	–	–	–	–	–	11	–	–	–				–	–		–		–	–	13		–	–	–	–	–	–	–	–	<	29
>								–	–	3	–	–	–	–	–		7					–	–	–	4	–	–	–	–	–	6	28
									9	–	–	–	–	–	–		–	–			4	–	–	–	–						<	27
>																																26
																															<	25
>																							–	–	–	–	–	6				24
									9	–	–	–	–	–	–		13														<	23
>								–	–	3	–	–	–	–		7	–	–	3													22
																															<	21
>																					–	–	3									20
									3	–	–		3	–	–		3	–	–					3	–	–					<	19
>																																18
6													3	–	–		3	–													<	17
>																					–	2										16
									3	–	–						3	–	–												<	15
>																																14
																															<	13
>																																12
																															<	11
>																																10
																															<	9
>																																8
																															<	7
>																											–	–	–	–	5	6
																						–	–	4	–	–	–	6	–	–	–	<	5
>	–	–	–	–	6	–	–	–	–	–	–	–	–	–	–		13	–	–	–	–	–	–	–	–	–	–	–	–	12	4
																															<	3
>	–	–	4	–	–	–	–	–	–	–	–	–	–	–	–		17	–	–	–	–	–	–	–	–	–	–	10	2
																															<	1
31	30	29	28	27	26	25	24	23	22	21	20	19	18	17	16	15	14	13	12	11	10	9	8	7	6	5	4	3	2	1		

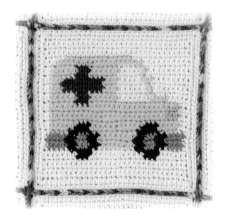

Ambulance

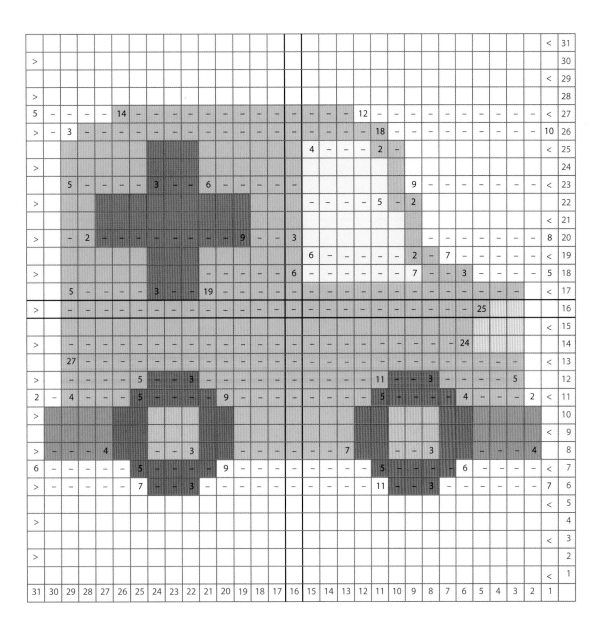

Square 28
Helicopter

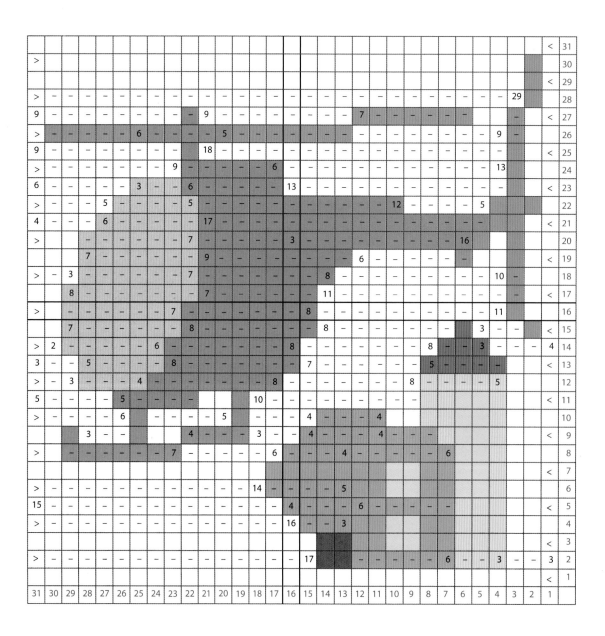

Square 29

Apple

Square 30

Pear

	31	30	29	28	27	26	25	24	23	22	21	20	19	18	17	16	15	14	13	12	11	10	9	8	7	6	5	4	3	2	1		
																																<	31
>	–	–	–	–	–	–	9	–	–	3	–	–	–		–						–			–				–				19	30
8	–	–	–	–	–	–	5	–	–	–	5	–	–	–																		<	29
>	–	–	–	–	7	–	–	–	–	5	–	–	3			–	–	–	–	–												13	28
				5	–	–	–	–	4	–	–	–	2	–	2	–	11	–	–													<	27
>				–	6	–	–	–	4	–	–	–	5																				26
				4	–	–	–	6	–	–	–	–	6	–	–	–	–	–														<	25
>			–	–	3	–	–	–	–	–	6	–	–	–	–	–	–	7	–	–	–										10	24
				2	–	6	–	–	–	–																						<	23
>		–	5	–	–	–	–	7	–	–	–	–	–	–	9																		22
4	–	–	6	–	–	–	–	10	–	–	–	–	–	–	9	–	–	–	–												<	21
>	–	4	–	–	–	–	6	–	–	–	–	–	–	11	–	–	–	–	–												6	20
11	–	–	–	–	–	12	–	–	–	–	–	–	8	–	–	–	–	–													<	19
>	–	–	–	10	–	–	–	–	–	–	–	14	–	–	–																	18
9	–	–	–	11	–	–	–	–	–	–	4	–	–	–	6	–	–	–													<	17
>				–	–	–	–	–	–	–	13	–	–	4																		16
8	–	14	–	–	–	–	–	–	3	–	–	5	–																			<	15
>		16	–	–	–	–	–	–	–	4	–	–																			4	14
7	17	–	–	–	–	–	3	–	–																							<	13
>	–	–	–	–	–	19	–	2																						3	12
																															<	11
>	–	2	–	3																													10
	18	–	–	–	4	–	–																									<	9
>	–	19	–	3	–	6	–	2																						2	8
	17	–	–	3	–																										<	7
>	15	–	2	–	4	–	7	–																					3	6
8	5	–	–	4	–	13	–																								<	5
>	16	–	–	9	–																									6	4
15	–	11	–	–	5	–																									<	3
>																															2
																														<	1

Carrot

	31	30	29	28	27	26	25	24	23	22	21	20	19	18	17	16	15	14	13	12	11	10	9	8	7	6	5	4	3	2	1		
																																<	31
>		-	-	-	-	-	-	-	9		-	3	-	2	-	-	3	-	-	-	4	-	-	-	4	-	-	-	-			6	30
3		-	-	4	-	-	-	2	-		4	-	-	-		5	-	-	-	-	3	-	-	8	-	-	-	-	-			<	29
>		-	-	-	5	-	-	-	-		5	-	2	-	-		4	-	-	3												8	28
					-	-	-		-	-	4	-	-	-	4		-	-		2	-	10	-	-	-	-	-	-	-			<	27
>		-	-	-	-	7	-		3	-	-	3	-	-			4	-	2	-	-	-	4									8	26
3		-	-	2	-	6	-	-	-	-	-	2	-	2	-		2	-	3	-	-	10	-	-	-	-	-	-	-			<	25
>	2	-	2	-	-	4	-	-	3	-	-	3	-	-		2	-	-	3	-												11	24
	11	-	-	-							2	-	4	-			13	-														<	23
>		-	-	-	-	-		9	-	-	-	-	-	-		-	9	-	2														22
7		-	-	-		-	-		2	-	7	-	-	-		-	2	-	-	11	-	-	-	-	-	-	-	-				<	21
>					-		-	-	-	-	-	-	-	9	-	2	-	-	-	4	-	-	-	-	-	-	-				10	20
4		-	-	-	4	-	-	-	3	-	-	3	-	7		-	-	-	-	-	-	-										<	19
>		-	3	-	-	-	4	-	2		-	-	3	-		-	-	-	-	-	-	9	-	-	-	-	-			9			18
2		-	4	-	-	-	3	-	-	2	-	12	-		-	-	-	-	-	-	-											<	17
>		-	2	-	-	-	4	-	2	-	-	-	-		6	-	-	-	-	-	-	6	-	-	-	-	-			8			16
2		-	5	-	-	-	-	3	-	-	4	-	-		8	-	-	-	-	-	-	-	-							<			15
>		-	-	-	-	-	-	9	-	-	-	4	-		-	-	3	-	-	-	-	5	-	-	-	-	7						14
11		-	-	-	-	-	-	-	3	-	-	3	-		-	7	-	-	-	-	-								<				13
>		-	-	-	-	-	-		13	-	-	-	4		-	-	-	-	-	8	-	-	-	-	-	6							12
15		-	-	-	-	-	-	-	-	-	3	-	-	3	-	4	-	-	-						<								11
>		-	-	-	-	-	-	-	-	-	17	-	-	4	-	-	-	5	-	-	-	-	5									10
19		-	-	-	-	-	-	-	-	-	-	-	3	-	-	5	-	-	-					<									9
>		-	-	-	-	-	-	-	-	-	-	-	21	-	2	-	-	4	-	-	-	-	4									8
22		-	-	-	-	-	-	-	-	-	-	-	-	2	-	4	-	-					<										7
>		-	-	-	-	-	-	-	-	-	-	-	-	24	-	2	-	2	-	-	3												6
25		-	-	-	-	-	-	-	-	-	-	-	-	-	2	-	2	-			<												5
>		-	-	-	-	-	-	-	-	-	-	-	-	-	26	-	2																4
28		-	-	-	-	-	-	-	-	-	-	-	-	-	-	-		2	<														3
>																																	2
																																<	1

Square 32

Watermelon and grapes

Chart (row numbers shown at right, column numbers at bottom; ">" and "<" indicate direction of work, numbers indicate stitch counts).

Row	Direction / counts (left → right)
31	<
30	> … 15 … 3 … 13
29	12 … 7 … 12 … <
28	> … 11 … 9 … 3
27	9 … 11 … <
26	> … 5 … 3 … 10 … 8
25	4 … 3 … 6 … <
24	> … 5 … 3
23	3 … 5 … 3 … 4 … 13 … <
22	> … 4 … 2 … 3
21	3 … 4 … 3 … <
20	> … 10 … 17
19	6 … 4 … <
18	> … 5 … 5 … 3
17	8 … 3 … 15 … <
16	> … 7 … 5 … 3
15	11 … 3 … <
14	> … 10 … 4 … 12
13	15 … 4 … <
12	> … 10 … 4 … 3 … 2 … 2
11	3 … 8 … 3 … 2 … 9 … <
10	> … 4 … 10 … 4 … 4
9	2 … 15 … 3 … 2 … <
8	> … 5 … 3 … 11 … 3 … 6
7	6 … 3 … 9 … 5 … 5 … <
6	> … 7 … 3 … 2 … 14
5	8 … 2 … 3 … 9 … 3 … 2 … 4 … <
4	> … 9 … 2 … 11 … 4 … 5
3	11 … 12 … 8 … <
2	>
1	<

Column numbers (bottom, left → right): 31 30 29 28 27 26 25 24 23 22 21 20 19 18 17 16 15 14 13 12 11 10 9 8 7 6 5 4 3 2 1

Square 33

Cherries

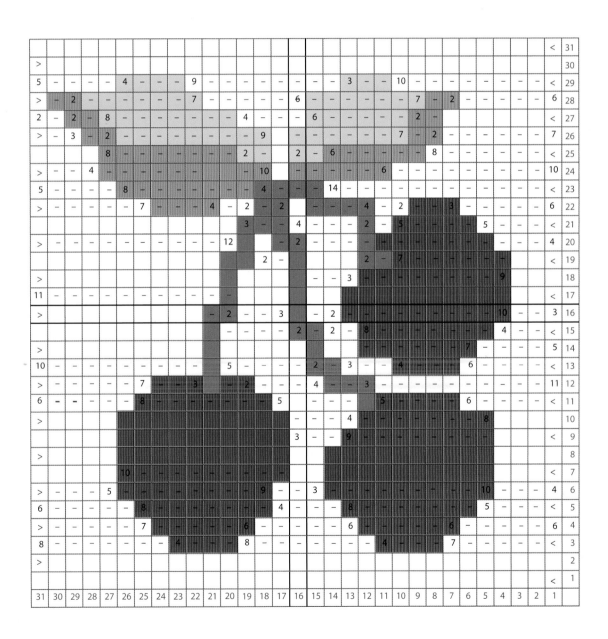

Square 34

Toadstools

	31	30	29	28	27	26	25	24	23	22	21	20	19	18	17	16	15	14	13	12	11	10	9	8	7	6	5	4	3	2	1		
																																<	31
>																																	30
17	–	–	–	–	–	–	–	–	–	–	–	–	–	–	–	–	6	–	–	–	–	8	–	–	–	–	–	–	–		<	29
>	–	–	–	–	–	–	–	–	15	–	–	–	–	–	–	9	–	–	–	–	7	28
13	–	–	–	–	–	–	–	–	3	–	–	7	–	–	–	–	6	–	–	–	–	<	27
>	–	–	–	–	12	–	4	–	–	2	–	–	–	–	4	–	–	–	5	26
11	–	–	–	–	–	9	–	–	–	–	–	5	–	–	–	–	4	–	–	<	25
>	–	–	–	–	10	–	–	–	–	–	–	–	–	15	–	3	24
9	–	–	–	–	12	–	–	–	–	–	2	–	–	<	23
>	–	–	–	–	–	–	–	3	22
8	–	–	–	–	–	8	–	–	–	–	–	4	–	–	–	6	–	–	<	21
>	–	–	–	–	14	–	–	–	–	–	–	16	20
																<	19
>	–	17	–	–	4	–	–	–	–	10	18
												<	17
>												16
16	–	–	–	–	–	–	6	–	–	–	9	–	–	<	15
>	–	7	–	–	6	–	3	–	–	4	–	–	–	7	–	–	4	14
5	–	3	–	–	5	–	–	6	–	–	–	3	–	–	<	13
>	–	–	4	–	4	–	–	4	–	12
	7	–	–	–	–	4	–	–	<	11
>	–	–	5	–	10
3	–	–	7	–	–	–	4	–	–	7	–	–	–	4	–	3	–	<	9
>	–	–	–	–	8	–	–	5	–	6	–	–	5	–	–	5	8
	4	–	–	7	–	6	–	–	4	–	–	<	7
>	2	–	2	–	–	–	4	–	–	8	–	–	4	–	–	5	–	–	6	6
9	–	–	–	–	7	–	–	4	–	–	4	–	–	7	–	<	5
>	–	10	–	–	5	–	–	–	16	4
11	–	–	3	–	17	–	–	<	3
>									2
16	–								<	1

Square 35

Pineapple

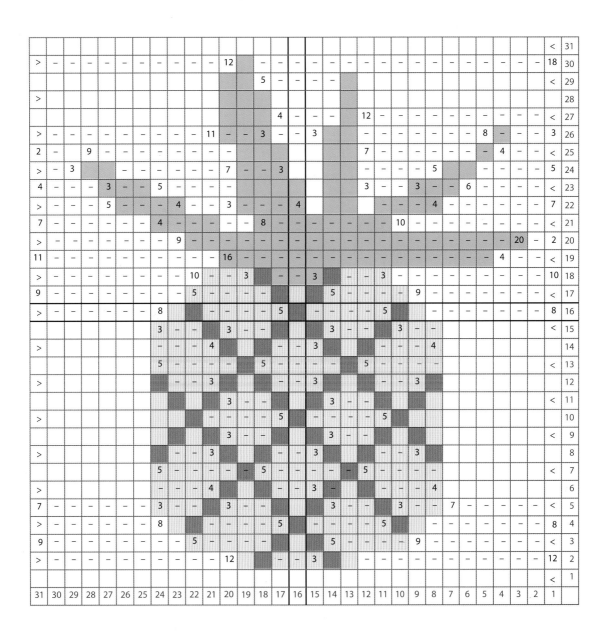

31	30	29	28	27	26	25	24	23	22	21	20	19	18	17	16	15	14	13	12	11	10	9	8	7	6	5	4	3	2	1		
																															<	31
>	–	–	–	–	–	–	–	–	12		–	–		–		–			–				–	–	–	–	–	–	–	18		30
										5	–	–		–	–															<		29
>																																28
										4	–	–	–		12	–	–	–	–	–	–	–	–	–	–	–		<		27
>	–	–	–	–	–	–	–	11	–	–	3	–	–	3		–		–	–	–	–	8	–	–	–	3		26
2	–		9	–	–	–	–	–	–	–	–					7	–	–	–	–	–	–	4	–	–	<		25
>	–	3			–	–	–	–	–	7	–	–	3			–	–	–	5		–	–	–	–	5		24
4	–	–	–	3	–	–	5	–	–	–				3	–	–	3	–	–	6	–	–	–	<		23
>	–	–	–	5	–	–	–	4	–	–	3	–	–	–	4			–	–	–	4	–	–	–	7		22
7	–	–	–	–	–	–	4	–	–	–	–	–	8	–	–		–	–	–	–	–	10	–	–	<		21
>	–	–	–	–	–	–	9	–	–	–	–			–		–	–	–	–	–	–	–	–	20	–	2	20
11	–	–	–	–	–	–	–	16							–		–	–	–	–	–	–	4	–	–	<		19
>	–	–	–	–	–	–	10	–	–	3			–		–	3		–	–	3	–	–	–	–	–	10		18
9	–	–	–	–	–	–	5	–	–	–	–				5	–	–	–	–	9	–	–	–	–	<		17
>	–	–	–	–	–	8			–	–	–	–	5		–	–	–	–	5		–	–	–	–	8		16
						3	–	–		3	–	–		3	–	–		3	–	–					<		15
>							–	–	4		–	–	3		–	–	–	4						14
						5	–	–	–		5	–	–			5	–	–	–				<		13
>							–	–	3		–	–	3		–	–	3					12
							3	–	–		3	–	–					<		11
>							–	–	5		–	–	–	5					10
							3	–		3	–	–				<		9
>							–	–	3		–	–	3					8
						5	–	–	–	5	–	–	–	5	–		<		7
>							–	–	4		–	3	–	–	–	4			6
7	–	–	–	–	–	3	–	–	3	–	–		3	–	3	–	–	7	–	–	–	<		5
>	–	–	–	–	–	8		–	–	–	5		–	–	5		–	–	–	–	8		4
9	–	–	–	–	–	–	5	–	–		5	–	–	9	–	–	–	<		3
>	–	–	–	–	–	–	12		–	–	3	–	–	–	–	12		2
																															<	1
31	30	29	28	27	26	25	24	23	22	21	20	19	18	17	16	15	14	13	12	11	10	9	8	7	6	5	4	3	2	1		

AROUND THE HOUSE

Square 36

Teapot

	31	30	29	28	27	26	25	24	23	22	21	20	19	18	17	16	15	14	13	12	11	10	9	8	7	6	5	4	3	2	1		
																																<	31
>	–	–	–	–	–	–	–	–	–	–	–	15	–	–	–	4	–	–	–	–	–	–	–	–	–	–	–	–	–	–	12	30
14	–	–	–	–	–	–	–	–	–	–	–	6	–	–	–	–	11	–	–	–	–	–	–	–	–	–	–	–	–	–	<	29
>	–	–	–	–	–	–	–	–	–	–	13	–	–	–	–	–	–	8	–	–	–	–	–	–	–	–	–	–	–	–	10	28
12	–	–	–	–	–	–	–	–	–	–	10	–	–	–	–	–	–	–	–	9	–	–	–	–	–	–	–	–	–	<	27
>	–	–	–	–	–	–	–	–	–	11	–	–	–	–	–	–	–	–	12	–	–	–	–	–	–	–	–	–	8	26
																															<	25
>							–	–	–	–	–	7	–	–	–	–	–	–	10												24
										11	–	–	–	–	–	–	–	9	–	–	–									<	23
>	2	–	–	3	–	–	–	–	6	–	–	–	–	–	–	–	12	–	–	3	–	–	3	–	2	22
								14	–	–	–	–	–	–	–	–	–			5	–	–	–	–		<	21
>			–	–	3	–	–	–	4	–	–	–	5	–	–	3	–	–	–	–	6						20
3	–	–	4	–	–	–		4	–	–	3	–	3	–	5	–	–	2	–			<	19
>		–	–	3	–	–	3	–	3	–	–	–	–	–	9	–	–	3					18
		4	–	–	–		4	–	–	3	–	4	–	–	2	–	3	–	–		<	17
>	–	–	4	–	–	–	–	5													16
	4	–	–	–	2	–	3	–	5	–	–	–	3	–	–	4	–	–	2	–	<	15
>	–	–	5	–	–	–	–	8	–	3	–	3	–	3	–	2	–	3	–	–	3	14
	8	–	–	–	–	–	7	–	–	–	3	–	2	–	3	–	–	<	13
>	–	–	–	–	9	–	–	5	–	–	4	–	–	3	–	–	3	12
6	–	–	–	10	–		3	–	9	–	–	–	3	–	<	11
>	–	–	10	–	–	–	–	9	–	–	4	10
	19	–	–	–	–	–	–	–	5	–	–	<	9
>											8
7	–	–	–	–	–	18	–		<	7
>								6
							<	5
>	–	–	–	–	–	–	–	17	4
	2	–	–	2	–	–	2	–	2	–	2	–	2	–	<	3
>	–	–	–	–	8	–	–	–	–	–	–	–	–	–	17	–	–	–	–	6	2
															<	1

Square 37

House

	31	30	29	28	27	26	25	24	23	22	21	20	19	18	17	16	15	14	13	12	11	10	9	8	7	6	5	4	3	2	1		
																																<	31
>																																30
18	–	–	–	–	–	–	–	–	–	–	–	–	–	–	–	–	–	4	–	–	–	9	–	–	–	–	–	–	–		<	29
>																																28
19	–	–	–	–	–	–	–	–	–	–	–	–	–	–	–	–	–		10	–	–	–	–	–	–	–	–	–	–		<	27
>	–	–	–	–	–	6	–	–	–	–	–	–	–	–	–	11	–	2	–	–	3	–	–	–	–	–	–	–	7			26
6	–	–	–	–	–	3	–	–															6	–	–	–	–		<			25
>	–	–	–	5	–	–	–	5																–	–	–	–	5				24
4	–	–	–	7	–	–	–																	4	–	–		<			23
>	–	3	–	–	–	–	–	–	9	–	–	–	–	–	–	–	–	–	–	–	–	16	–	–	3			22
	11	–	–	–	–	–	–	–	–	–	16	–	–	–	–	–	–	–	–	–	–	–	–	–			<			21
>		–	–	–	–	–	–	–	–	–	11																			20
								16	–	–	–	–	–	–	–	–	–	–	–	–	–				<			19
>									–	–	–	–	–	–	–	–	–	–	–	13							18
																						<			17
>																							16
												3	–	–	3	–	–	3	–	–		<			15
>											–	–	–	–	–	–	–	–	–	13			14
					3	–	–													<			13
>																					12
								16	–	–	–	–	–	–	–	–	–			<			11
>									–	–	–	–	–	–	–	–	13			10
	11	–	–	–	–	–	–	–	–	–									<			9
>																			8
									3	–	–	3	–	–	3	–	–		<			7
>					–	–	–	4			–	–	–	–	–	–	–	–	–	13	–	2			6
				3	–	–												<			5
>																			4
2	–	4	–	–	–	4	–	–	–	3	–	–	16	–	–	–	–	–	–	–	–	–	–	–	2	<			3
>																												2
																											<	1
	31	30	29	28	27	26	25	24	23	22	21	20	19	18	17	16	15	14	13	12	11	10	9	8	7	6	5	4	3	2	1		

Square 38

Table setting

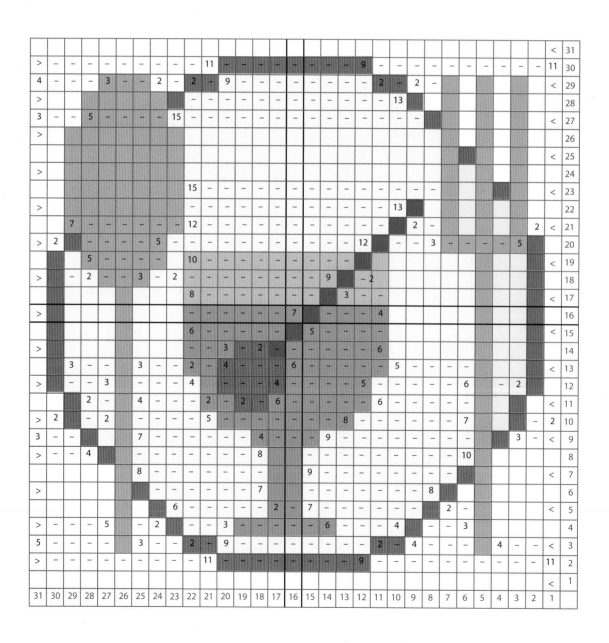

Ice-cream sundae

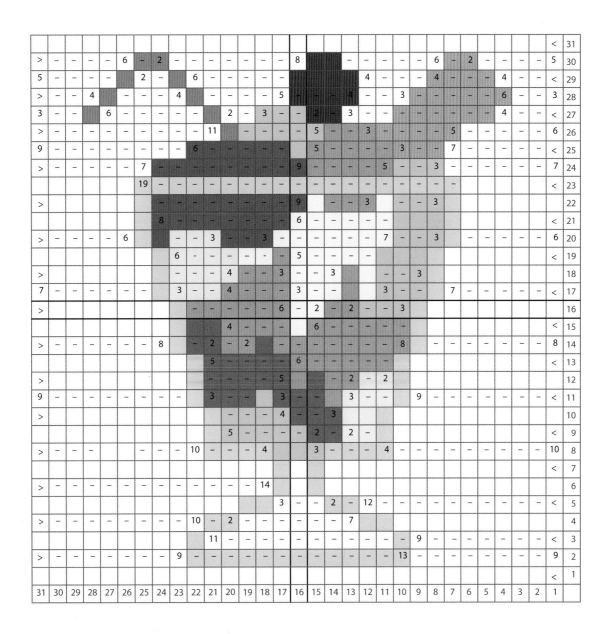

THIS & THAT

Square 40

Artist's palette

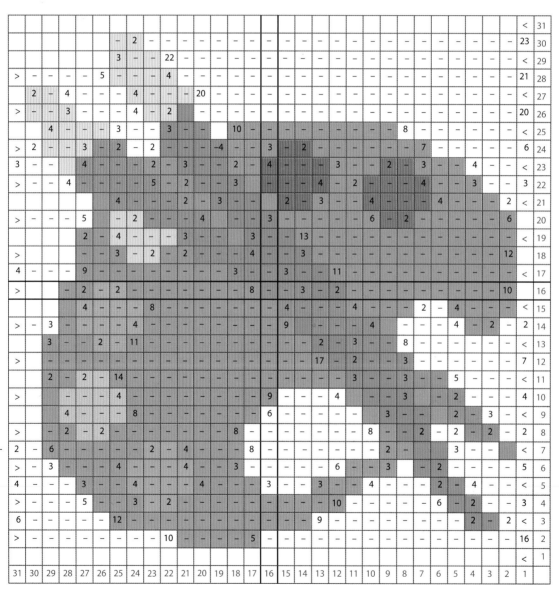

Square 41

Pram

Chart (read bottom-to-top; right column = row number, left column = direction/stitch count; bottom row = column numbers 31–1):

Row	Markers / counts
31	<
30	
29	15 – ... – 7 – ... – 9 – ... <
28	> – ... 16 – ... 8 – ... 7
27	17 – ... 8 – ... 6 – ... <
26	> – ... 18 – ... 8 – 5
25	5 – ... 8 – ... 3 – ... 9 – ... 4 – ... <
24	> – ... 3 – 2 – ... 6 – ... 4
23	4 – ... 6 – ... 2 – 2 – 10 – ... 3 – <
22	> ... 5 – 2 – 2 – ... 5
21	2 – 2 – 5 – ... 2 – 3 – 3 – ... 11 – ... <
20	> – 3 – 2 – ... 5 – 2 – ... 4 ... 9
19	2 – 10 – ... <
18	> – 4 – ... 3 – 2 – ... 8 – 2 – ... 10 – 2
17	5 – ... 4 – ... 2 – 5 – ... 11 – ... 3 – <
16	>
15	6 – ... 21 – ... 4 – <
14	>
13	7 – ... 19 – ... 5 – <
12	> – 8 – ... 17 – ... 6
11	9 – ... 15 – ... 7 – <
10	> – 10 – ... 13
9	<
8	> ... 11 – ... 4 – ... 4 – ... 4 – ... 8
7	6 – ... 6 – ... <
6	>
5	2 – 2 – 2 – 2 – 2 – 2 – 2 – <
4	> ... 10 – ... 6 – 2 – ... 6 – ... 7
3	11 – ... 4 – 4 – ... 4 – 8 – ... <
2	>
1	<

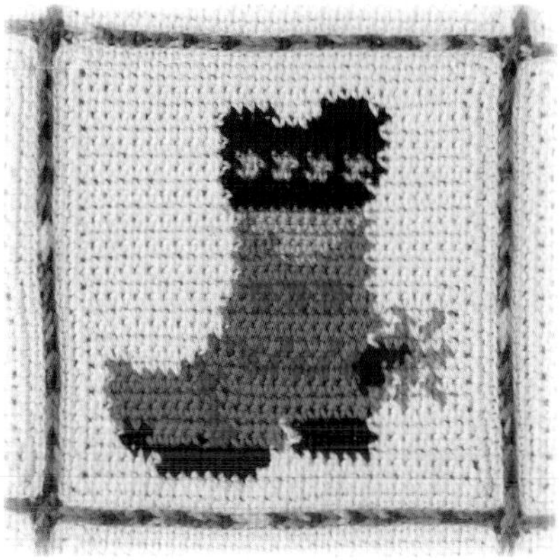

Square 42
Boot

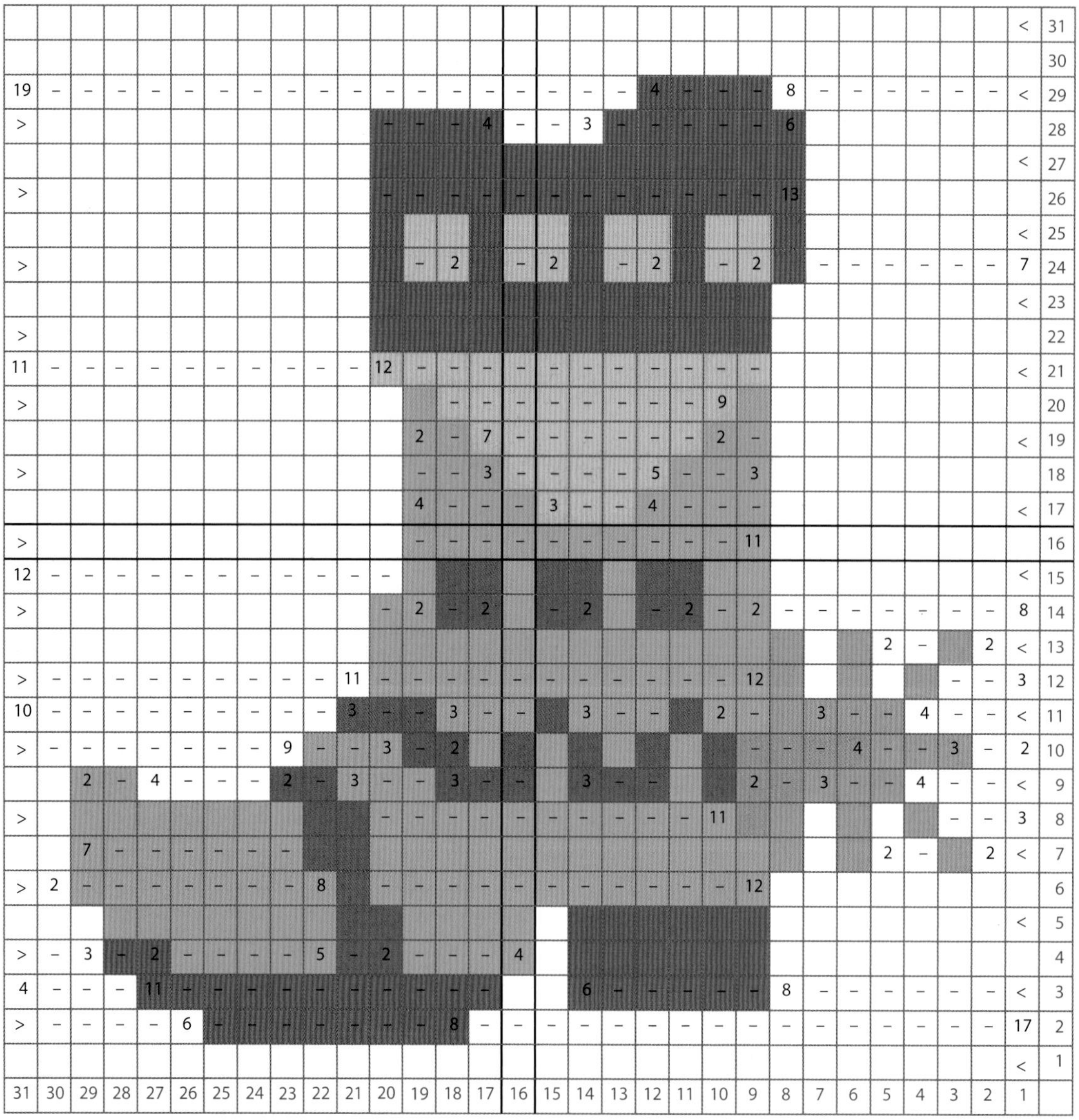

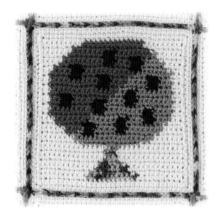

Square 43

Apple tree

31	30	29	28	27	26	25	24	23	22	21	20	19	18	17	16	15	14	13	12	11	10	9	8	7	6	5	4	3	2	1		
																															<	31
>	–	–	–	–	–	–	9													13	–								9		9	30
				17	–	–	–	–	–	–										–	7	–	–	–				<			29
>	–	–	–	–	6	–	–	–	–	7								3			8									28
			8															3	–	–	5	–	–	<							27
>	–	–	4	–	–	–	–	9	–	–	3	–	–	3					–	–	–	5			26
		3	–	–			10	–	–	–	–			–	3	–	–	6			–	3	–	<			25
>							–	–	–	–	11	–	–					–	9								24
	4	–	–	–	3	–	3	–		4		4	–	–				<			23
>								–	–	3	–	–	5					22
	10	–	–	–	–	–	–	3	–	2	–	6	–	–	3	–	–	3	–	–	<		21
>	–	–	–	–				14	–	2						20
				8	–	–			3	–					<		19
>					–	–		4	–	–	3	–	–	–	–	8		18
	2	–	3	–	–	4	–	–	15	–	–	–	–	–	–	<		17
>				–	–	3	–	–	8				16
2	–	9					11	–	–			4	–	–	2	<		15
>	–	3	–	–	7	–	–	6	–	3	–	–	3	–	–	3		14
	5	–	–	–			8	–	–	–	–	4	–	–	<		13
>	–	–	5	–	3		–	4	–	–	3	–	7		12
	2	–	3	–	13	–	–	–	6	–	<		11
>	–	–	–	7	–	–	17		10
9	–	13	–	–	9	–	–	<	9
>									8
							<		7
>	–	–	14	–	–	3	–	–	14	6
	5	–	–	13	–	<	5
>	–	12	–	–	7		4
	9	–	11	–	<	3
>	–	10	–	11	–	10	2
					<	1

Square 44
Flower

L	31	30	29	28	27	26	25	24	23	22	21	20	19	18	17	16	15	14	13	12	11	10	9	8	7	6	5	4	3	2	1	R	#
																																<	31
>																																	30
14														3			14															<	29
>													13					5														13	28
12																			12													<	27
>					5		3				4										4		3									5	26
4				5					3										3			5				4						<	25
>								7											7		2						7						24
			8								2		5					2		8												<	23
>		3								9					3								9					3			3	22
4				9									5						9						4						<	21
>																									7					5		20
12																			12												<	19
>				5							7		2		3		2								7					5		18
4				9								5						9						4						<	17
>										9				3									9								16
			8								2		5				2		8												<	15
>		3						7		2						2							7			3			3	14
4				5				3									3			5				4						<	13
>				5		3				4										4		3									5	12
12									7								8						2				<	11
>								8					5							7		3						10
3			2		3			6				3			6						4			2		2	<	9
>			4			3			3				5						6				4		2			3	8
5				4			3			3				4				5				3			3		<	7
>				6				5		2		2				3				4				4				4	6
8								4				2			2		3			4			6			<	5
>						10					4						3		3							9	4
13									2		4				12								<	3
>								15															14	2
																											<	1

Umbrella

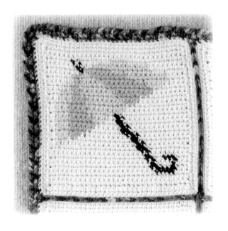

Chart (columns numbered 31–1 along the bottom, rows numbered 1–31 along the right; `>` and `<` indicate row direction):

L	31	30	29	28	27	26	25	24	23	22	21	20	19	18	17	16	15	14	13	12	11	10	9	8	7	6	5	4	3	2	1	R	#
																																<	31
>																																	30
6	–	–	–	–	–		8	–	–	–	–	–	–	–		4	–	–	–	12	–	–	–	–	–	–	–	–	–	–	–	<	29
>	–	–	–	–	–	7		–	–	3	–	–	–	–	–	–	–	–	12	–	–	–	–	–	–	–	–	–	–	–	8		28
8	–	–	–	–	–	–	–		6	–	–	–	–	9	–	–	–	–	–	–	–	–	7	–	–	–	–	–	–	–	<		27
>									2	–	–	–	–	–	8	–	–	–	–	–	–	–	–	9	–	–	–	4	–		26
6	–	–	–	–	–		4	–	–	–	8	–	–	–	–	–	–	8	–	–	–	–	–	–	–	3	–	–	<		25
>	–	–	–	5	–	2	–	–	–	5	–	–	–	–	–	–	9	–	–	–	4	–	–	–	5		24
4	–	–	2	–		6	–	–	–	10	–	–	–	–	–	–	–	7	–	–	–	–	–	<		23
>	–	–	–	–	–	7	–	8	–	–	–	–	–	–	–	–	8		22
	2	–	8	–	–	–	–	5	–	–	–	10	–	–	–	–	<	21
>	–	3	–	–	3	–	–	3	–	–	8	–	–	3	–	–	–	11	20
	9	–	–	13	–	–	–	<	19
>	–	–	–	–	8	–	–	–	14	18
	4	–	–	–	5	–	15	–	–	–	<	17
>	–	–	–	5	–	3	–	2	–	2	16
	6	–	–	–	–	4	–	14	–	<	15
>	–	–	–	5	–	6	–	–	13	14
	4	–	–	–	8	–	12	–	<	13
>	–	2	–	11	–	12
	3	–	–	14	–	11	–	<	11
>	2	–	16	–	10	10
20	–	9	–	<	9
>	–	21	–	9	8
21	–	2	–	3	–	–	<	7
>	22	–	–	4	6
22	–	3	–	–	<	5
>	23	–	–	–	5	–	3	4
	<	3
>	2
	<	1

Square 46
Birdhouse

	31	30	29	28	27	26	25	24	23	22	21	20	19	18	17	16	15	14	13	12	11	10	9	8	7	6	5	4	3	2	1		
																																<	31
>	–	–	–	–	–	–	–	–	–	–	–	–	14	–	–	3	–	–	–	–	–	–	–	–	–	–	–	–	–	–	14		30
13	–	–	–	–	–	–	–	–	5	–	–	–	13	–	–	–	–	–	–	–	–	–	–	–	–	–	–	–	–		<	29
>	–	–	3	–	–	–	–	–	8	–	–	–	–	–	–	7	–	–	–	–	–	–	–	–	–	–	–	–	12		28
	4	–	–	–	6	–	–	–	–	9	–	–	–	–	–	–	–	11	–	–	–	–	–	–	–	–	–		<	27
>	–	2	–	–	3	–	3	–	–	–	–	–	–	–	–	–	–	13	–	–	–	–	–	–	–	–	9		26
	3	–	–	2	–	17	–	–	–	–	–	–	–	–	–	–	–	–	–	7	–	–	–	–	–	–		<	25
>																												24
						15	–	–	–	–	–	–	–	–	–	–	–										<	23
>							–	–	6	–	–	3	–	–	6	–									22
2	–	3	–	–	2	–	5	–	–	5	–	–	–	5	–	–	–							<	21
>			–	–	3	–	–	4	–	–	–	–	7	–	–	4	–	–	–	–	–	8		20
3	–	–	4	–	–	–	–	–	–	–	–	–	–	5	–	–	–	–			<	19
>	–	–	–	5	–	2	–	–	–	–	–	–	–	–	–	2	–	2	14		18
								9	–	–	–	–	–	3	–	–	3	–	–		<	17
>	–	–	–	–	6	–	–	–	4	–	–	–	–	7	–	–	–	4	–	2	–	2	–	2		16
							5	–	–	5	–	–	–	5	–	–			<	15
>						–	–	6	–	–	3	–	–	6	–	2	–	–	3	–	2		14
5	–	–	–	–	2	–	15	–	–	–	–	–	–	–	–	2	–	4	–	–		<	13
>	–	–	–	–	6	–	–	–	–4	–	–	–	7	–	–	5	–	–	–	–	5		12
	3	–	2	–	2	–	6	–	–	4	–	–	8	–	–	–	–	–		<	11
>	–	2	–	2	–	2	–	2	–	5	–	3	–	–	4	–	–	4	–	2		10
	2	–	4	–	–	–	6	–	–	6	–	–	3	–	4	–		<	9
>	–	–	4	–	3	–	–	4	–	–	5	–	2	–	3	–	3		8
2	–	2	–	3	–	2	–	3	–	2	7	–	3	–	3		<	7
>	–	3	–	3	–	–	5	–	–	3	–	–	8	–	4		6
4	–	–	3	–	6	–	–	3	–	–	3	–		<	5
>	–	–	–	7	–	2	–	5	–	2	–	10	–	2	–	2		4
8	–	–	–	4	–	4	–	–		<	3
>	–	–	–	–	9	–	–	5	–	–	3	–	–	–	–	14		2
																							<	1

Lightning

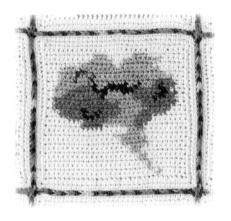

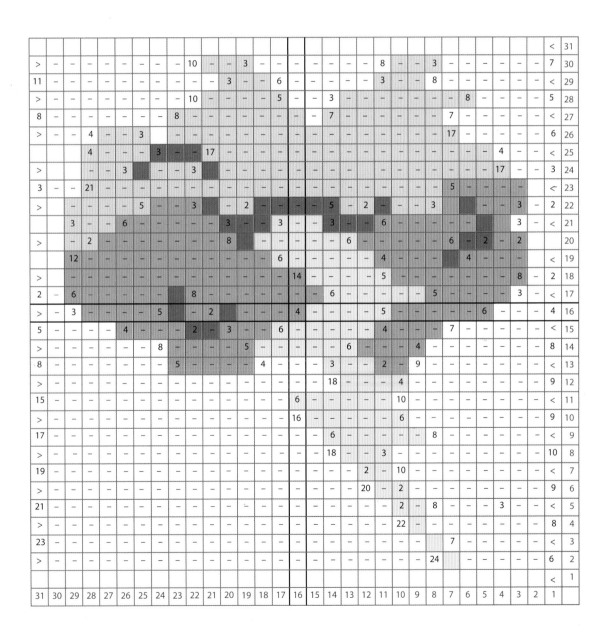

>	31	30	29	28	27	26	25	24	23	22	21	20	19	18	17	16	15	14	13	12	11	10	9	8	7	6	5	4	3	2	1		
																																<	31
>	–	–	–	–	–	–	–	–	10	–	–	3	–	–	–	–	–	–	–	8	–	–	3	–	–	–	–	–	–			7	30
11	–	–	–	–	–	–	–	–	–	3	–	–	6	–	–	–	–	–	3	–	–	8	–	–	–	–					<	29
>	–	–	–	–	–	–	–	10	–	–	–	–	5	–	–	3	–	–	–	–	–	–	8	–	–	–	–			5	28
8	–	–	–	–	–	–	8	–	–	–	–	–	–	–	7	–	–	–	–	7	–	–	–	–	–	–					<	27
>	–	–	4	–	–	3	–	–	–	–	–	–	–	–	–	–	–	–	17	–	–	–	–	–	6	26						
	–	4	–	–	–	3	–	–	17	–	–	–	–	–	–	–	–	–	–	–	4	–	–	<	25								
>		–	–	3	–	–	3	–	–	–	–	–	–	–	–	–	–	17	–	–	3	24											
3	–	–	21	–	–	–	–	–	–	–	–	–	–	–	–	–	5	–	–	–	<	23											
>		–	–	–	–	5	–	–	3	–	2	–	–	–	–	5	–	2	–	–	3	–	–	3	–	2	22						
	3	–	–	6	–	–	–	–	3	–	–	3	–	–	3	–	–	6	–	–	–	–	3	–	<	21							
>	–	2	–	–	–	–	–	8	–	–	–	–	–	6	–	–	–	6	–	2	–	2	20										
	12	–	–	–	–	–	–	–	–	6	–	–	–	4	–	–	4	–	–	–	<	19											
>	–	–	–	–	–	–	–	14	–	–	–	5	–	–	–	–	–	8	–	2	18												
2	–	6	–	–	–	–	8	–	–	–	–	–	6	–	–	–	5	–	–	3	–	<	17										
>	–	3	–	–	5	–	2	–	–	4	–	–	5	–	–	–	6	–	–	4	16												
5	–	–	–	4	–	–	2	–	3	–	6	–	–	–	4	–	–	7	–	–	<	15										
>	–	–	–	–	8	–	–	5	–	–	–	6	–	–	4	–	–	–	8	14													
8	–	–	–	5	–	–	–	4	–	–	3	–	2	–	9	–	–	–	<	13												
>	–	–	–	–	–	–	–	18	–	–	4	–	–	–	–	9	12																
15	–	–	–	–	–	6	–	–	10	–	–	–	–	<	11																		
>	–	–	–	–	16	–	–	6	–	–	–	–	9	10																			
17	–	–	–	–	–	6	–	–	8	–	–	–	<	9																			
>	–	–	–	18	–	3	–	–	–	–	10	8																						
19	–	–	–	–	2	–	10	–	–	–	<	7																						
>	–	–	–	20	–	2	–	–	–	9	6																							
21	–	–	2	–	8	–	–	3	–	<	5																							
>	–	22	–	–	–	–	8	4																										
23	–	–	7	–	–	<	3																											
>	–	24	–	–	6	2																												
	<	1																																

Square 48

Hot-air balloon

Left	Pattern (columns 31 → 1)	Right	Row
		<	31
>	– – – – – – – – – 11 – 2 – 2 – 2 – 2 – – – – – – – 11	11	30
9	– – – – – – – 3 – – 2 – 3 – – 2 – 3 – – 9 – – – – – –	<	29
>	– – – – – 7 – – 3 – – 3 – – 3 – – 3 – – – – – – 7	7	28
6	– – – – – 3 – – 4 – – – 5 – – – 4 – – 3 – – 6 – – –	<	27
>	– – – 5 – – – 4 – – – 3 – – 3 – – – 4 – – – 5	5	26
	– – – – 4 – – – 7 – – – – 4 – – –	<	25
>	– – 4 – – – 4 – – 3 – – 3 – – – 4 – – 4	4	24
		<	23
>			22
		<	21
>			20
		<	19
>			18
3	– – 4 – – – 4 – – – 4 – – – 4 – – – 3 –	<	17
>			16
4	– – – 4 – – – 3 – 9 – – – – – – 3 – 4 – – 4 – –	<	15
>	– – 5 – – – 4 – – – 4 – – – 5	5	14
6	– – – 3 – – 3 – – 7 – – – – 3 – – 3 – – 6 – –	<	13
>	– – – 7 – – 3 – – 3 – – 3 – – 3 – – 7	7	12
8	– – – 3 – – 2 – 5 – – 2 – 3 – – 8 – –	<	11
>	– – – – – 10 – 2 – 2 – 2 – 2 – – – – – 10	10	10
11	– – – – – – 2 – – 3 – – 2 – 11 – – – – –	<	9
>			8
	5 – – – – –	<	7
>			6
13	– – – – – – – – – 3 – – 13 – – – – – – – – –	<	5
>			4
		<	3
>	– – – – – – – – 12 – – – – – 7 – – – – – – – 12	12	2
		<	1
31 30 29 28 27 26 25 24 23 22 21 20 19 18 17 16 15 14 13 12 11 10 9 8 7 6 5 4 3 2 1			

Square 49

Butterfly

Square 50

Elephant

	31	30	29	28	27	26	25	24	23	22	21	20	19	18	17	16	15	14	13	12	11	10	9	8	7	6	5	4	3	2	1	
																															<	31
>																																30
28	–	–	–	–	–	–	–	–	–	–	–	–	–	–	–	–	–	–	–	–	–	–	–	–	–	–	–	2	–	<		29
>	–	–	–	–	–	–	–	–	14	–	–	–	–	–	–	–	10	–	–	–	–	5									28
9	–	–	–	–	–	6	–	–	–	–	3	–	–	2	–	5	–	–	–	–	4	–	–	–	<						27
>	–	–	–	7	–	–	–	7	–	–	3	–	–	3	–	–	–	6	–		–	2									26
6	–	–	–	7	–	–	–	–	3	–	–	3	–	–	3	–	–	6	–	–		3	–	<							25
>	–	–	5	–	–	–	7	–	–	3	–	3	–	–	3	–	2	–	–	–	6	–	2								24
								2	–	3	–	–	3	–	–	3	–	–					<								23
>	–	–	4	–	–	8	–	3	–	–	3	–	3	–	–	3															22
3	–	–	9	–	–	–	3	–	3	–	–	3	–	2	–								<								21
>					–	2	–	–	3	–	–	3	–	–	3																20
2	–	10	–	–	–	–	3	–	–	3	–	4	–	–	7	–	–	–					<								19
>	7	–	–	–	–	3	–	2	–	–	3	–	–	4	–	–	–	–					8								18
	7	–	–	–	–	2	–	4	–	–	3	–	–	4	–	–	9	–	–	–	–	–	<								17
>	–	–	–	–	–	14		–	–	–	4	–	–	–	–	10															16
																								<							15
>																															14
6																								<							13
>																															12
																								<							11
>																															10
	29	–	–	–	–	–	–	–	–	–	–	–	–	–	–	–	–	–	–	–	–	–	–	–	–	–	–	<				9
>	–	–	–	–	–	7	–	2																							8
	6	–	–	–	3	–	–	20	–	–	–	–	–	–	–	–	–	–	–	–	–	–	<							7
>	–	–	–	5	–	–	–	–	5																						6
2	–	4	–	–	–	4	–	–	–	19	–	–	–	–	–	–	–	–	–	–	–	<								5
>	–	3	–	2	–	3	–	–	–	–	–	6	–	–	–	–	7	–	–	–	6									4
4	–	–	–	3	–	2	–																<							3
>	–	–	5	–	–	–	3	–	2	–	–	–	–	5	–	–	–	–	–	9	–	–	–	5					2
																								<							1

Fish

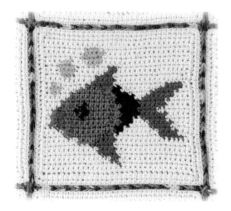

	31	30	29	28	27	26	25	24	23	22	21	20	19	18	17	16	15	14	13	12	11	10	9	8	7	6	5	4	3	2	1		
																																<	31
>																																	30
9	–	–	–	–	–	–	–	3	–	–	19	–	–	–	–	–	–	–	–	–	–	–	–	–	–	–	–	–	–	–	<	29
>																																28
8	–	–	–	–	–	–	5	–	–	–	–	18	–	–	–	–	–	–	–	–	–	–	–	–	–	–	–	–	–	<	27
>	–	–	4	–	2	–	–	3	–	–	3	–	–	–	–	–	–	–	–	–	–	–	–	–	–	–	–	–	19	26
					7	–	–	–	–	–	–	2	–	15	–	–	–	–	–	–	–	–	–	–	–	–	–	<	25
>	–	3	–	–	–	4	–	–	–	–	6	–	2																24
4	–	–	2	–	5	–	–	–	4	–	–	–																<	23
>	–	–	–	–	–	–	10	–	–	–	–	5															16	22
2	–	6	–	–	–	–	6	–	–	–	–	11	–	–	–	–	–	–	–	4	–	–	–	<	21
>	–	3	–	–	3	–	–	–	5	–	2	–	2	–	–	–	–	8	–	–	–	5	–	2	20
2	–	3	–	–	7	–	–	–	2	–	3	–	–	5	–	–	5	–	–	3	–	<	19
>	–	–	5	–	–	–	–	–	–	–	–	4	–	2	–	–	–	–	6	–	–	4	18
4	–	–	2	–	8	–	–	–	–	5	–	–	–	–							<	17
>	–	3	–	2	–	2	–	–	5	–	–	–	–	–	–	6	–	–	5	16
2	–	3	–	4	–	–			4	–	–	7	–	–	<	15
>	–	2	–	2	–	–	5	–	–	4	–	–	–	6	14
2	–	3	–	–	2	–	5	–	–	5	–	<	13
>	–	2	–	2	–	2	–	4	–	5	12
3	–	8	–	2	6	–	–	4	–	4	<	11
>	–	4	–	2	2	–	8	–	4	3	10
5	–	–	7	–	2	10	–	5	<	9
>	–	7	–	4	4		8
10	–	5	–	<	7
>	11	–	4	16	6
12	4	–	<	5
>	14	2	15	4
16	14	–	<	3
>		2
	<	1

Square 52

Ladybird

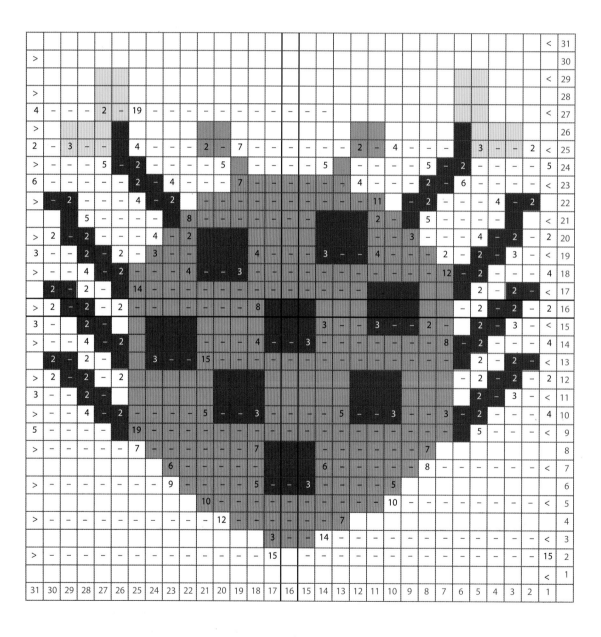

Square 53

Penguin

	31	30	29	28	27	26	25	24	23	22	21	20	19	18	17	16	15	14	13	12	11	10	9	8	7	6	5	4	3	2	1	
																																<	31
>																																	30
20	–	–	–	–	–	–	–	–	–	–	–	–	–	–	–				4	–	–	–		7	–	–	–	–	–	–		<	29
>	–	–	–	–	–	–	–	–	–	–	–		18	–	–	–	–	–	–		7	–	–	–	–	–		6					28
16	–	–	–	–	–	–	–	–	–	–		6	–	–	–	–	–				6	–	–	–	–		<						27
>	–	–	–	–	–	–	–	–	–	15	–	–	–	–	–		7	–	2	–	–	3	–	–	4								26
															9	–	–	–	–	–	–	–	3	–	<								25
>	–	–	–	–	–	–	–	–	14	–	2	–	–	3	–	–	–	–	–	–	–	10	–	2								24
13	–	–	–	–	–	–	–	3	–	–	4	–	–	4	–	–	–	3	–	–	3	–	<									23
>											–	–	–	–	–	6	–	2													22
12	–	–	–	–	–	–	–	–	4	–	–	–	7	–	–	–	–	–					<									21
>								–	2																							20
11	–	–	–	–	–	–	–	3	–	–								7	–	–	–	–	–	<								19
>	–	–	–	–	9	–	–	–	5										–	–	–	–	6									18
7	–	–	–	–	7	–	–	–	–	8	–	–	–	–	–	–	2	–	5	–	–	<										17
>	–	–	6	–	–	–	–	6	–	2																						16
			5	–	–	–			9	–	–	–	–	–	–	–			<													15
>			–	–	4			4	–				–	8			–	–	3	–	–	4										14
5	–	–	3	–		4	–	9	–				–		2	–	2	–	<													13
>	–	4	–	3	–	2	–	3	–	–	–				10		–	–	3	–	4										12
3	–	2	3	–	3	–								2	–	8	–	<														11
>	–	–	–	7	–	–	4																								10
5	–	–	6	–	–	–	10	–	–	–	–	–	–	9	–	–	–	<														9
>							–	–	–	–	9	–	–	–	–	10																8
3	–	8	–	–	–												<															7
>	–	4	–	–	–	5	–	2	–	3	–	2	–	2																	6
													2	–	11	–	–	–	–	<											5
>							–	2	–	–	4																				4
						4	–	–	2	–	4	–	–	9	–	–	–	<													3
>	–	–	–	–	–	–	12	–	–	–	–	–	–	–	14																2
															<																1
	31	30	29	28	27	26	25	24	23	22	21	20	19	18	17	16	15	14	13	12	11	10	9	8	7	6	5	4	3	2	1	

Square 54

Whale

Start	31	30	29	28	27	26	25	24	23	22	21	20	19	18	17	16	15	14	13	12	11	10	9	8	7	6	5	4	3	2	1	End	Row
																																<	31
>								–	–	3			–	2	–	–	–	–	–	–	–	–	–	–	–	–	–	–	–	–	–	17	30
7	–	–	–	–	–	–				2	–		2	–	4	–	–	–													<	29
>	–	–	4	–	–	3	–	2	–	2			–	–	3	–		–	–	–	–	–	–	–	–	–	–	–	–	–	–	12	28
11	–	–							3	–	–	17	–	–	–	–	–	–	–	–	–	–	–	–	–	–	–	–	–		<	27
>									12			–	–	–	–	–	–	–	–	–	–	–	–	–	–	–	–	–	–	–	18	26
7	–	–	–	–	9	–	–	–	–	–	–		–	15	–	–	–	–	–	–	–	–	–	–	–	–	–	–		<	25
>	–	–	–	5	–	–	–	–	–	–	–		–	13	–	–	–	–	–	–	–	–	–	–	–	–	–	–	13	24
			16	–	–	–	–	–	–	–	–	–	–	–	–	–	–	–	11	–	–	–	–	–	–	–	<	23
>	–	–	4	–	–	–	–	–	–	–	–	–	–	–	–	–	–	–	18	–	–	–	–	9	22
									12	–	–	–	–	–	–	–	–	–	8	–	–	–	–	<	21
>			–	–	–	–	–	6	–	2	–	–	–	–	–	–	–	–	13	–	–	–	7	20
		22	–	–	–	–	–	–	–	–	–	–	–	–	–	6	–	–	–	<	19
>	–	3	–	–	–	–	–	–	–	–	–	–	–	23	–	–	–	5	18
4	–	–	–	23	–	–	–	–	–	–	–	–	–	–	4	–	–	<	17
>	–	–	–	–	–	–	–	–	11	–	–	–	–	–	–	17	–	–	3	16
4	–	–	–	24	–	–	–	–	–	–	–	–	–	–	–	–	<	15
>	–	–	–	4	–	–	–	4	–	2	–	–	3	–	2	–	–	13		14
12	–	–	–	–	–	–	3	–	–	5	–	–	9	–	–	–	2	<	13
>	–	–	–	13	–	–	3	–	–	–	–	6	–	–	6	–	–	3	12
					4	–	–	4	–	<	11
>	–	–	–	23	–	–	3	–	–	5	10
15	–	–	4	–	–	–	4	–	–	–	2	–	6	<	9
>	–	17	–	–	–	–	–	–	7	7	8
		5	–	–	–	–	8	–	–	<	7
>	–	18	–	–	–	4		6
19	–	3	–	–	<	5
>	20	–	2		4
		<	3
>	–	–	–	–	–	–	–	–	–	21	–	–	–	–	–	9	2
		<	1

| 31 | 30 | 29 | 28 | 27 | 26 | 25 | 24 | 23 | 22 | 21 | 20 | 19 | 18 | 17 | 16 | 15 | 14 | 13 | 12 | 11 | 10 | 9 | 8 | 7 | 6 | 5 | 4 | 3 | 2 | 1 |

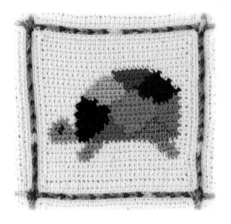

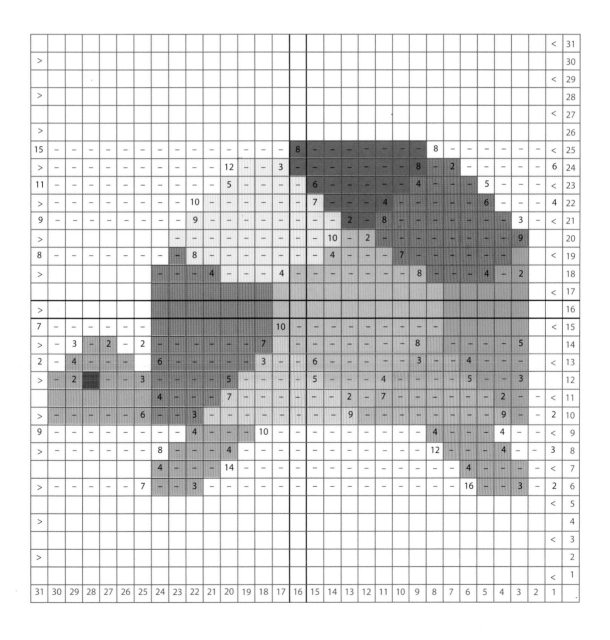

Square 55

Tortoise

Square 56

Goat

	31	30	29	28	27	26	25	24	23	22	21	20	19	18	17	16	15	14	13	12	11	10	9	8	7	6	5	4	3	2	1		
																																<	31
>																																	30
7	–	–	–	–	–	–	4	–	–	–	20	–	–	–	–	–	–	–	–	–	–	–	–	–	–	–	–	–	–	–	<	29
>	–	–	–	–	6	–	–	–	–	–	–	7	–	–	–	–	–	–	–	–	–	–	–	–	–	–	–	–	–	18		28
			3	–	–	4	–	–	–	2	–	17	–	–	–	–	–	–	–	–	–	–	–	–	–	–	–	–	–		<	27
>	–	–	5	–	2	–	2	–	2	–	2																	13				26
				2	–	2	–	3	–	–																				<		25
>	–	–	4	–	2	–	–	–	7	–	–													13		–	–		24
			3	–	–	5	–	–	–	14	–	–																	<		23
>	–	3	–	2	–	–	–	–	–	–	–	–	–	–	–	–	–	–	–	22		–	–	3		22
3	–	–	17	–	–	–	–	–	–	–	–	–	–	4	–	–	–	3	–	–	4	–	–	<		21
>	–	–	–	–	–	–	–	–	–	–	–	19	–	–	–	4	–	–	3	–	–	3		20
		3	–	–	16	–	–	–	–	–	–	–	4	–	–	–	3	–	–	2	<		19
>	–	2	–	–	3	–	–	–	–	–	–	16	–	–	–	4	–	–	3		18
		3	–	–	18	–	–	–	–	–	–	–	4	–	–	–	2	–	<		17
>	–	–	–	–	–	–	–	–	–	23	–	–	4		16
		24	–	–	–	–	–	–	–	4	–	–	<		15
>	–	–	–	–	–	–	–	25	–	–	3		14
		3	–	2	–	20	–	–	–	2	<		13
>	2	–	2	–	–	3	–	–	21		12
		4	–	–	–						<		11
>	–	3	–	–	3	–	2		10
4	–	–	–	3	–	–				<		9
>	–	–	–	–	–	8	–	–	–	–	–	22		8
															<		7
>																6
														<		5
>															4
													<		3
>	–	–	–	–	–	8	–	–	3	–	2	–	–	3	–	–	–	–	6	–	–	3	–	2	–	–	3		2
														<		1

Square 57

Lion

Grid chart (read bottom row numbers 31–1 left-to-right; side row numbers 1–31):

	31	30	29	28	27	26	25	24	23	22	21	20	19	18	17	16	15	14	13	12	11	10	9	8	7	6	5	4	3	2	1		Row
																																<	31
>	–	–	–	5			–	3	–	–	3	–	–	3	–	2	–	–	–	–	5			–	–	–	–	–	–	–	8		30
4	–	–	–	3		–	3	–	–	3	–	–	3	–	–		4	–	–	–		6	–	–	–	–	–	–		–	<	29
>	–	3	–	–	3	–	–	3	–	–	3	–	–	3	–	–	3	–	–	3	–	2	–	–	–	–	5				28
	3	–	–	3	–	–	3	–	–	3	–	–	3	–	–	2	–	9	–	–	–	–	–	–						<	27
>	–	2	–	–	3	–	–	3	–	3	–	–	3	–	–	3	–	–	–	–	–	–	–	8			–	2		26
	2	–	2	–	2	–	3	–	–	2	–	2	–	2	–		9	–	–	–	–	–	–	3	–	<	25
>			–	–	–	4	–	–	3	–	2	–	–	–	4														24
	2	–												2	–												<	23
>													13															22
		2	–		3	–	–		3	–	–		2	–													<	21
>	–	2	–		–	–	5	–	–	3	–	–	–	5	–	2												20
		4	–	–	–	5	–	–		4	–	–															<	19
>		–	–	3	–	2	–	–	–		7	–	2	–	–	2												18
	2	–	2	–	9	–	–	–	–	–	–		3	–	–												<	17
>	2		–	–	3	–	–	–	–	–	–	7	–	–	–	4	–	–	–	–	–	–	–	–	10		16
3	–		–	2	–	3	–	–	3	–	–	3	–	4	–		11	–	–	–	–	–	–	–	–		<	15
>		–	2	–	–	3	–		3	–	–	3	–		4	–	–	–	–	–	–	–	12			14
	3	–	–		3	–	–	3	–	–	4	–	–		13	–	–	–	–	–	–	–	–		<	13
>	–	–	–	–	5		–	–	3	–	–	–	4	–	–	–	–	–	–	–	–	14			12
																									<	11
>																										10
																								<	9
>																									8
																								<	7
>	–	–	–	–	–	–	–	–	–	–	–	–	–	–	–	–	–	–	–	–	27			6
																							<	5
>	2	–	–	–	5	–	2	–	–	–	–	5	–	–	–	5	–	–	–	4	–	2	–	–	–	4	–	2		4
3	–	–	3	–		4	–	–	–	3	–	7	–	–	–	–	–	2	–	4	–	–	–	2	–	3	–	<	3
>																										2
																								<	1

Sheep

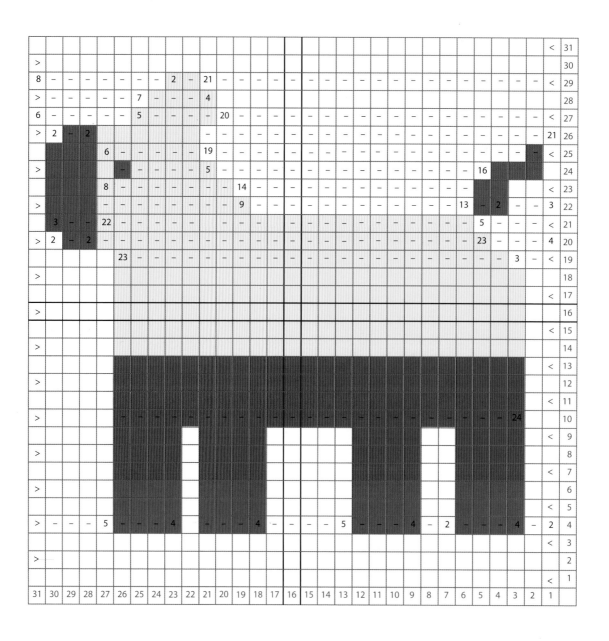

Square 59

Dromedary

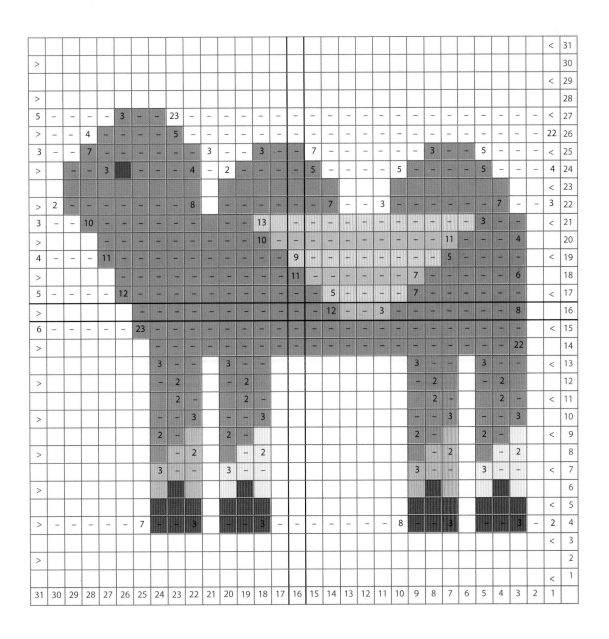

Square 60

Hen

31	30	29	28	27	26	25	24	23	22	21	20	19	18	17	16	15	14	13	12	11	10	9	8	7	6	5	4	3	2	1		

- Row 31: <
- Row 30: >
- Row 29: 22 – ... – 2 – 2 – <
- Row 28: > ... 19 – 2 – 2 – 2 – – – 4
- Row 27: 20 – ... 2 – 2 – 2 – – – <
- Row 26: > ... 15 – – – – – 9 – 3
- Row 25: 2 – 12 ... 3 – – 4 – – – <
- Row 24: > – 2 ... 10 – – – – – 7
- Row 23: 3 – 6 ... 9 ... 4 – 2 – <
- Row 22: > ... 8 – 4 – 3 – – – 4
- Row 21: 9 ... 7 ... 5 – 2 – 3 – <
- Row 20: > ... 9 – 2 ... 8 – – – 6 – – 3
- Row 19: <
- Row 18: > ... 19 – – – 7
- Row 17: 14 ... 5 – – 2 – 2 – 2 – <
- Row 16: > ... 12 – – 3
- Row 15: 13 ... 13 ... 2 <
- Row 14: > ... 11 – 2 ... 15
- Row 13: 2 – 8 ... 3 – – 17 – – <
- Row 12: > ... 4 – – 3 ... 11 ... 8
- Row 11: 3 – – 5 ... 11 ... 9 – <
- Row 10: > ... 5 ... 4 – – 3 – 2 ... 10
- Row 9: 4 – – – 6 ... 4 – – – 3 – – 2 – 4 ... 6 <
- Row 8: > – – – 5 ... 10 – 2 ... 5 ... 6 – 2
- Row 7: 6 – – – 11 ... 5 – – – 6 ... 3 – <
- Row 6: > – – – 7 ... 20 – – – 4
- Row 5: 8 ... 18 ... 5 – – <
- Row 4: > ... 11 ... 12 – – – 8
- Row 3: <
- Row 2: >
- Row 1: <

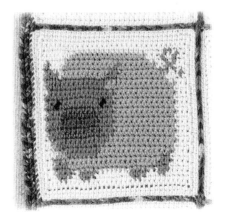

Square 61

Pig

The chart is a grid-based colorwork pattern. Column numbers run along the top (31 at far right down to 1) and the bottom (31 at left to 1 at right). Row numbers run down the right side from 31 to 1. Directional markers (> and <) appear along the left and right edges indicating row direction.

Selected cell values read (by row, right side number):

Row	Values
31	<
30	>
29	26 – 2 – 3 – <
28	> – – – – 7 – – – – – – – – 15 – – 3 – – 2 – 2 <
27	6 – – – – 17 – – – – – – – – – 3 – – – 2 <
26	> – – 3 – – – – – 11 – – – – – 7 – 2 – 2 – – 3
25	2 – 2 – 10 – – – – 2 – 8 – – – – – 2 – – <
24	> – – – – – – 9 – – 3 – – – – 9 – – 3 – <
23	3 – – 9 – – – – 4 – – – 10 – – – 4 – – <
22	> – 2 – – – – – 11 – – – – – – 14
21	2 – 13 – – – – – – 13 – – – – – – – <
20	>
19	15 – – – – – – – – – – <
18	> – 2 ■ – – – – 9 ■ – 2
17	4 – – – 7 – – – – 4 – – – <
16	> – – – – – – – – 9
15	<
14	> – – 3 – – – 3
13	2 – – 3 – – 2 – <
12	> – – 3 – – – – 9 – – 3 – – – – – – – 12
11	3 – – 7 – – – – 3 – – 13 – – – – – – – – <
10	> – – – – – 11 – – – – – – 14
9	2 – 2 – 9 – – – 15 – – – – – – 3 – <
8	> – 3 – 2 – – – 7 – – – – – 14
7	21 – – – – – – – – – – 2 – <
6	> – – 3 – – – – – – – 19 – – 3
5	17 – – – – – – – 4 – – – 4 – – <
4	> 2 – – – 4 – – 4 – – – – 7 – – – 4 – 2 – 2 – – – – 5
3	3 – – 2 – 3 – – 2 – 9 – – – – – – 2 – 10 – – – – – – – <
2	>
1	<

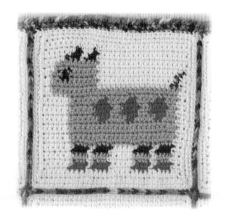

Square 62

Dog

	31	30	29	28	27	26	25	24	23	22	21	20	19	18	17	16	15	14	13	12	11	10	9	8	7	6	5	4	3	2	1		
																																<	31
>																																	30
7	–	–	–	–	–	–	3	–	–																						<	29
>	–	–	–	–	6	–	2	–	2	–	2																					28
5	–	–	–	–	3	–	–	3	–	–																					<	27
>																																	26
3	–	–	9	–	–	–	–	–	–	–	–	19	–	–	–	–	–	–	–	–	–	–	–	–	–	–					<	25
>													–	–	–	–	–	–	–	–	–	–	–	–	–	17						24
5	2	–	2	–	6	–	–	–																	16						<	23
>												–	–	–	–	–	–	–	–	–	–	–	16									22
	10	–	–	–	–	–	–	–	15	–	–	–	–	–	–	–	–	–	2	–											<	21
>	2	–	–	–	–	–	–	–																		27						20
			23	–	–	–	–	–	–	–	–	–	–												–	–					<	19
>				–	–	–	–	6	–	2	–	–	–	4	–	2	–	–	–	4	–	2	–	–	3							18
																															<	17
>																																	16
			5	–	–	–	4	–	–	–	2	–	4	–	–	–	2	–	4	–	–	–	2	–							<	15
>				–	–	–	–	6	–	2	–	–	–	4	–	2	–	–	–	4	–	2	–	–	3							14
																															<	13
>																																	12
																															<	11
>																																	10
			23	–	–	–	–	–	–	–	–	–	–	–	–	–	–	–	–	–	–	–									<	9
>																																	8
																															<	7
>																																	6
																															<	5
>																												5					4
6	–	–	–	–	–	4	–	–	–	4	–	–	–	5	–	–	–	–	4	–	–	–	4	–	–	–	2				<	3
>																																	2
																															<	1

Square 63

Frog

Row	Pattern (left → right, cols 31 → 1)	R	#
>	− − − − − 8 · · · · 5 − − − · 5 − − − − 5 − − − − − 8	<	30
7	− − − − − − · · · 2 − 3 − − 2 − · · · · 7 − − − − −	<	29
>			28
6	− − − − ■ ■ ■ ■ · · · ■ ■ ■ ■ 6 − − − −	<	27
>	− 2 − − − 4 · − · · 5 − · · − − 4 − 2		26
	3 − − 4 − − − 7 · − − − 4 − − − 3 − −	<	25
>	− − − − − − · · · − − − − − − 21		24
	8 − − − ■ 3 − − ■ 8 − − ·	<	23
>	− − − 5 · − − · − − · − − − 21 − − − 5		22
6	− − − − 2 − · 5 − − − 3 · − 5 − − − 2 − 6 − − −	<	21
>	− − − − 7 · 2 − 2 − 2 · − 3 · − 2 − 2 − 2 7		20
8	− − − 3 − · 2 · 2 − 2 · 2 · 2 − − 8 − − −	<	19
>	− − − − − 9 · − − 5 − 3 − − · 5 · − 9		18
2	− 4 − − − 2 − 4 · − − 7 − − · − 4 − − 2 − 4 − − − 2	<	17
>	− − − 4 · − − 9 − − − 4		16
		<	15
>	− − − − − 6 · − − 3 − − − · − − − − 11 − − 3 · − − − − 6		14
5	− − − · · · · 5 − − − −	<	13
>			12
		<	11
>	2 − − − 4 − · − − − − − − − − 13 · − − − 4 − 2		10
	3 − · 5 − − − − 3 − ·	<	9
>	− 3 − − 3 − − 3 − 2 − − 3 − − 3 − · 3 − − 3 − 3		8
	2 − · 3 − 3 − 3 − 5 − − · 3 − · 3 − 3 − · 2 −	<	7
>	2 · − 2 − 2 − 2 − · 3 − − 3 − 2 · 2 − 2 − · 2		6
	6 − − − − − · 2 − 2 − 7 − − − − 2 − 2 − 6 − − −	<	5
>	− − − 4 − · · 4 − 2 − · 5 − 2 · − 4 − − − 4		4
2	− · 3 − − · 2 − − 3 − · 2 − · 3 − − 2	<	3
>	− − − 5 − 2 · − 2 · − 2 − · 3 − 2 · − 2 − − − − 5		2
		<	1

Column headers (bottom): 31 30 29 28 27 26 25 24 23 22 21 20 19 18 17 16 15 14 13 12 11 10 9 8 7 6 5 4 3 2 1

Square 64

Horse and rider

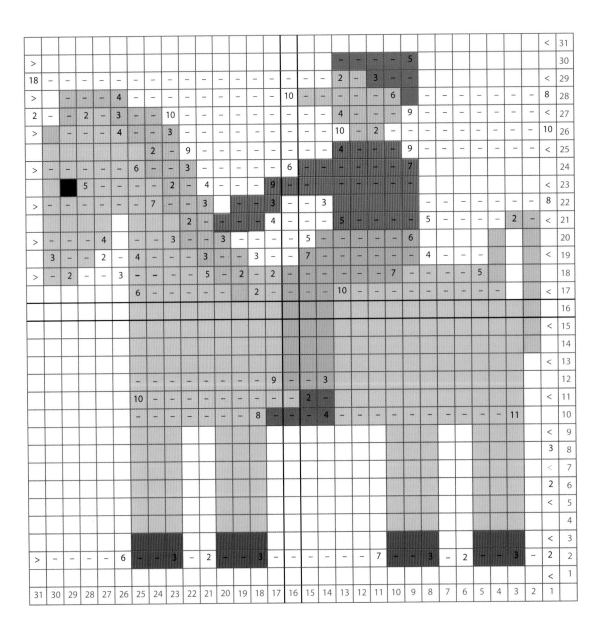

CHECKLIST

Numbers & letters
- ☐ No 1: 1
- ☐ No 2: 2
- ☐ No 3: 3
- ☐ No 4: A
- ☐ No 5: B
- ☐ No 6: C

Signs & symbols
- ☐ No 7: Stop
- ☐ No 8: Get ready
- ☐ No 9: Go
- ☐ No 10: Heart
- ☐ No 11: Diamond
- ☐ No 12: Club
- ☐ No 13: Spade

Children & toys
- ☐ No 14: Girl
- ☐ No 15: Boy
- ☐ No 16: Teddy bear
- ☐ No 17: Birthday cake
- ☐ No 18: Clown
- ☐ No 19: Drum
- ☐ No 20: Kite
- ☐ No 21: Sneaker

Transport
- ☐ No 22: Bike
- ☐ No 23: Car
- ☐ No 24: Boat
- ☐ No 25: Plane
- ☐ No 26: Petrol pump
- ☐ No 27: Ambulance
- ☐ No 28: Helicopter

Fruit & veg
- ☐ No 29: Apple
- ☐ No 30: Pear
- ☐ No 31: Carrot
- ☐ No 32: Watermelon and grapes
- ☐ No 33: Cherries
- ☐ No 34: Toadstools
- ☐ No 35: Pineapple

Around the house
- ☐ No 36: Teapot
- ☐ No 37: House
- ☐ No 38: Table setting
- ☐ No 39: Ice-cream sundae

This & that
- ☐ No 40: Artist's palette
- ☐ No 41: Pram
- ☐ No 42: Boot
- ☐ No 43: Apple tree
- ☐ No 44: Flower
- ☐ No 45: Umbrella
- ☐ No 46: Birdhouse
- ☐ No 47: Lightning
- ☐ No 48: Hot-air balloon

Birds & animals
- ☐ No 49: Butterfly
- ☐ No 50: Elephant
- ☐ No 51: Fish

- ☐ No 52: Beetle
- ☐ No 53: Penguin
- ☐ No 54: Whale
- ☐ No 55: Turtle
- ☐ No 56: Goat
- ☐ No 57: Lion
- ☐ No 58: Sheep
- ☐ No 59: Dromedary
- ☐ No 60: Hen
- ☐ No 61: Pig
- ☐ No 62: Dog
- ☐ No 63: Frog
- ☐ No 64: Horse and rider

SUPPLIERS

Bendigo Woollen Mills

4 Lansell Street West

Bendigo 3550 Victoria

ph +61 3 5442 4600

fax + 61 3 5442 2915

www.bendigowoollenmills.com.au

USA: ph 1 888 235 1993

(1–5 pm Sunday through Thursday)

Spotlight Australia and New Zealand

www.spotlight.com.au and

www.spotlight.co.nz

Lincraft Australia

www.lincraft.com.au